KHẢ THỂ

ĐẶNG THƠ THƠ

Người Việt Books, 2014

KHẢ THỂ
Tác giả: **Đặng Thơ Thơ**

Người Việt Books xuất bản lần thứ nhất tại Hoa Kỳ 2014
Trình bày: Hiền Châu
Trình bày bìa: Đạo Diễn Đặng Trần Hiếu
ISBN: 978-1-62988-468-4

MỤC LỤC

PHẦN MỘT
KHẢ THỂ CỦA *MƠ*

Con Yêu Tinh Thứ 108

Cuối cùng tôi đi đến quyết định lập đàn giải oan cho cha, một phần vì lòng thương xót vong hồn ông, phần khác vì tôi kiệt lực trước sự quấy phá của những hồn ma ấy. Đã bốn mươi năm rồi tôi chẳng hề được một giấc ngủ thảnh thơi. Đã chừng đó năm rồi tôi bị ám ảnh từng đêm- sự ám ảnh rất thường trực nhưng không hề quen thuộc. Người ta vẫn nói sự tiếp cận thường xuyên sẽ dẫn đến miễn nhiễm, chẳng hạn miễn nhiễm với vi trùng, với chất độc, với lạm dụng, với tra tấn… Nhưng quả thật chúng ta chẳng bao giờ miễn nhiễm với ma quỷ cả. Trừ khi chúng ta biến thành ma quỷ.

Cha tôi là một người khác thường. Vị chủ tịch yêu kính của nhân dân, người lãnh đạo thành công các phong trào giải thực, hào quang thần thánh bao trùm cuộc đời đã được tiểu thuyết hóa của ông. Xác ông nằm trong một tòa lăng nguy nga bằng đá đen xây trên một ngọn đồi cao, đứng ở bất cứ góc độ nào trong thành phố cũng thấy sự ngạo nghễ của nó thống trị nền trời. Bộ chính trị chúng tôi vẫn tự hào rằng không kể Kim Tự Tháp và Taj Mahal, thì Lăng của cha chỉ kém Lăng Lê-nin chút đỉnh. Nhất là kể từ lúc có một nhà văn tên Gabriel Garcia Marquez đến viếng thì Lăng cha đã nghiễm nhiên trở thành một kỳ quan thế giới.

&

Tôi suy nghĩ rất nhiều và cuối cùng nhất quyết mời vị thiền sư trụ trì Làng Sen về nước lập trai đàn giải oan. Thù lao chắc thầy không lấy nhưng tôi sẽ cúng dường bằng đất, là thứ mà chúng tôi dư thừa, để xây thêm những Làng Sen khác. Những cái làng kiểu này sẽ là chỗ thu tiền về sau, khi chúng tôi sát nhập thiền học vào du lịch. Tôi hình dung một viễn cảnh tươi sáng: các Làng Sen thành khu nghỉ mát nổi tiếng dọc Nam ra Bắc, những tu viện hay đất thánh sẽ là nơi tẩy rửa tội lỗi, khiến những đồng tiền trở nên sạch sẽ. Bước vào thiền viện và bước ra thiền viện, chúng ta biến thành những con người khác. Bước vào là ma, bước ra là thầy. Tôi tin tưởng vào sức mạnh vô biên của tôn giáo, đấy là con đường tất thắng của kẻ biết làm chính trị.

Thiền sư Làng Sen là người tôi rất có cảm tình. Từ hồi phản chiến ông đã tuyên bố nhiều điều thuận lợi cho cuộc cách mạng giải phóng đất nước của chúng tôi. Khả năng lèo lái tốt. Thấu triệt tình hình quốc tế. Rất bức xúc để tiến tới giải Nobel Hòa Bình. Nếu Lê Đức Thọ xứng đáng một nửa thì Thiền sư Làng Sen xứng đáng hoàn toàn. Ông ta là ứng cử viên sáng giá nhất để trấn an các oan hồn trên đất nước chúng tôi.

Trong một buổi trà đàm ở thiền viện lúc vừa về nước, Thiền sư Làng Sen nói:

"Giải oan nên làm ngay trước Lăng thì đắc địa. Nên gọi là Đàn Tràng Bình Đẳng để đừng ai thắc mắc. Mọi người bình đẳng trong cái chết, lãnh tụ hay nhân dân, kẻ thù hay đồng chí. Khác biệt duy nhất là sự giác ngộ của mỗi người. Pháp môn Làng Sen sẽ là nơi an trú cho tất cả."

Tôi cẩn thận dặn Thiền sư Làng Sen đừng

phát âm tên cha khi làm lễ cầu vong.

Ông nói: "Khấn thầm hay xướng danh thì cũng vậy, chỉ là hình thức."

Tôi nói, nhưng cũng là thể diện.

&

Trong buổi họp chiều qua bộ chính trị phản ứng rất quyết liệt. Cũng dễ hiểu, làm sao có thể chấp nhận sự kiện vị lãnh tụ yêu kính của nhân dân lại cần phải giải oan. Nhưng cuối cùng tôi đã phân tích cho họ thấy. Lãnh tụ của chúng ta luôn luôn là một con người đức hạnh, lý tưởng, một thánh nhân. Chân lý này không bao giờ thay đổi. Nhưng cha tôi, một linh hồn, một xác chết, một sự thối rữa cố tình, thì lại khác. Sự thật của nhân dân và sự thật của chúng ta là hai thứ khác nhau.

Sự thật là, thân xác cha đã lên mốc trắng. Những mẩu thịt đã bệu rệu lắm. Trứng dòi đã sinh sôi từ kẽ háng và đục ruỗng hạ bộ theo hình chụp quang tuyến X tuần rồi. Tóc và râu đã phải gắn lại từng cọng bằng keo đặc chế. Mỗi tháng một lần tôi đứng coi người ta "tắm" cho cha. Người ta lấy cha ra, lau chùi, kiểm tra, đo đạc và thử nghiệm. Họ quay phim, họ thu hình, họ viết hồ sơ và tôi là người ký trên biên bản với tư cách là con lãnh tụ. Các nhà khoa học, vốn từng đi tu nghiệp khóa ướp xác Lê-nin bên Nga, phải mặc đồ khử trùng từ đầu đến chân để tránh làm cha ô nhiễm và hư hoại thêm. Khoa học của đất nước ta đã tiến bộ vượt mức. Ngày xưa cứ mỗi năm ba tháng, chúng tôi chuyển cha lên máy bay sang Liên-xô để bảo trì. Bây giờ chuyên gia trong nước đã đủ trình độ chăm sóc cha. Chi phí tốn kém đến mức tôi không dám nghĩ đến, không ai dám hé môi nói đến con số kết toán. Cũng phải thôi, những con số bảo mật, tất cả những gì liên quan đến Lăng đều thuộc bí mật quốc phòng. Chúng tôi đã dự liệu trường hợp có khủng bố thì chỉ cần nhấn nút điều khiển từ xa, quan tài của cha sẽ tự động hạ xuống phòng thí nghiệm xây sâu trong lòng đất, giữa một địa đạo đủ sức chứa cả một sư đoàn.

&

Chung quanh Lăng dạo này hay có những kẻ lạ lảng vảng, không phải du khách, cũng không phải dân thủ đô. Họ hẳn có một ý đồ nào đó. Lăng vẫn là đối tượng của những kẻ xấu, các thành phần phản động đáng ngờ.

Đến trưa nay công an thông báo mới bắt được một tên. Tạm khép tội phản động. Tôi dặn, cần được chăm sóc đặc biệt. Hỏi cung và tra tấn là chuyện nhỏ. Điều quan trọng là trong hồ sơ của hắn điều gì sẽ được viết ra và điều gì sẽ không tồn tại.

&

Đàn tràng đã dựng được ba ngày ba đêm ngay trước Lăng cha. Tên phản động cũng tuyệt thực ba ngày ba đêm để phản đối. Hắn muốn gì?

&

Hắn trông chờ các tổ chức nhân quyền can thiệp. Hắn dựa vào thế lực hải ngoại chăng. Chúng tôi biết các đài truyền thanh ngoài nước đang thi nhau phát tin về hắn. Hắn đang trở thành anh hùng trong mắt mọi người.

Hỏa Lò của chúng tôi không nên là nơi để tôi luyện anh hùng. Đó phải là lò rèn sự thật.

Hắn vẫn chưa chịu nói thật.

&

Cả nước vẫn xì xào về việc vong hồn cha không được yên nghỉ, nhiều kẻ còn khẳng định đây là sự trừng phạt xứng đáng với tội nghiệt của ông. Đâu ai biết các oan hồn mỗi đêm vẫn nhập vào thây cha để thừa hưởng một chút tồn tại vô nghĩa và luân phiên đùa cợt tôi. Cái xác cha, khô và cứng đơ như sáp, trông còn giả hơn những bức tượng sáp ở Holywood tôi chứng kiến dạo nào. Nó đã trở thành một chiếc giường mời gọi các linh hồn đến ngủ nhờ vào những đêm dài vất vưởng lang thang.

Đúng như dự tính, đàn tràng quả đã lôi kéo sự quan tâm của thế giới và khiến hình ảnh chúng tôi trở nên nhân bản hẳn. Chúng tôi đã công bằng với lịch sử. Chúng tôi đã nghiêng mình xuống những linh hồn của phe bại trận. Sự có mặt của Thiền sư Làng Sen khiến chúng tôi trở nên những kẻ thức thời, tiến bộ, và dân chủ. Kinh cầu siêu quả có tác dụng gây ảo giác về hòa hợp hòa giải dân tộc. Bộ chính trị lặng lặng cho mọi việc tiến hành. Sự im lặng được diễn dịch bằng nhiều cách. Điều bất ngờ là tôi đã ngất đi khi chứng kiến những nghi lễ hoành tráng ấy. Ngay lúc tiếng kinh cầu siêu trùng trùng dội từ đất sâu lên đến đỉnh đồi thì lửa chợt hóa thân thành sinh khí, uốn éo như dáng vũ nữ, hùng hổ như tướng sát thần, có khi mang hình thanh yếu của những hài nhi xanh mướt. Những hồn âm này hết tranh nhau diễn lại vở kịch tang tóc trên đàn tràng rồi lại nối đuôi đi vòng quanh Lăng. Sức chứa của quãng đồi nhỏ hóa ra vô tận. Cơ man người của mấy mươi nghìn thế giới đều đứng vừa mảnh đất này, trùng điệp, thừa thãi, vô vọng. Tiếng cầu kinh ê a lẫn với tiếng nài nỉ buồn bã: "Chúng tôi không cần giải oan. Giải oan làm gì. Chúng tôi chọn cái chết này. Cái chết này là vinh quang của chúng tôi. Đừng giết chúng tôi thêm lần nữa. Đừng quật mồ mả chúng tôi. Đừng băm vằm bia mộ chúng tôi. Đừng tước đoạt vinh dự chúng tôi. Vinh dự cuối cùng của chúng tôi. Của chúng tôi, của chúng tôi…"

Những kẻ khất thực linh hồn ấy thổi những lời đùa cợt xoáy vào màng nhĩ tôi, âm vọng lùa như gió trống ngoài nghĩa địa. Họ khạc nhổ câu chữ vào mặt tôi như phun nọc độc, mỗi chữ rát bỏng như vết nung, buốt sắc như vết cắt. Lưỡi họ lóe sáng như những thanh kiếm vờn quanh người tôi, vật tôi ngã xuống, lịm đi.

&

Hắn đã tỉnh lại. Hắn nói lắp bắp bằng cái mồm sưng vếu, đừng tự lừa dối rằng chết là hết. Hắn bảo, giải quyết một sinh mạng thì rất dễ, nhưng giải quyết một linh hồn thì bất khả. Trước khi giết một con người, hãy dự trù việc linh hồn ấy sẽ làm gì sau cái chết. Cái chết mới là bất tử.

Chúng tôi hỏi hắn có muốn trở nên bất tử không, bất tử trong nhục nhã thì có sướng không, có biết rằng cái chết chẳng bảo đảm điều gì, nói chi danh dự.

&

Đàn tràng kết thúc.

Lửa đã tắt và ảo ảnh đã khuất.

Cõi âm mở ra một vở tuồng náo động rồi khép lại im lìm. Nhưng những gì tôi đã thấy tôi sẽ nhớ mãi cho đến khi không còn trí nhớ. Bây giờ, nhìn những khoảng trống không mênh mông tôi hiểu trong ấy chứa đầy hình người, trong nguyên trạng khi vừa bị giết, què cụt, lở lói, vỡ óc, lòi ruột, đứng ngồi la liệt trong cuộc biểu tình đòi đất sống. Khoảng đồi, từ ngày có đàn tràng trở đi, đầy gió chướng buốt óc làm tê liệt thần kinh. Nhiều vụ trúng gió độc và nhiều tai nạn chết người xảy ra trên những con đường dẫn đến Lăng. Các điều tra cho thấy xe cộ bị một lực đẩy khó hiểu điều khiển. Theo báo cáo mới nhất, những chiếc máy bay khi băng ngang vùng trời gần Lăng đều bị một từ trường kéo lại gần rồi hút xuống. Trời hạn hán rất lâu. Những cơn lốc hung hãn cuốn phăng cây cối quanh Lăng. Những hồn ma trở nên hung hãn hơn sau vụ cầu siêu. Tôi đồ rằng chúng đang ra tay báo oán.

Việc giải oan không thành khiến tinh thần tôi suy sụp. Đã mấy tuần liền tôi mất ngủ.

&

Tôi đến gặp Thiền sư Làng Sen:

"Tại sao lại có tình trạng này? Ông đã cam kết là các oan hồn sẽ không theo tôi nữa. Bao nhiêu mẫu đất mang tên Làng Sen giờ là của ông, trả công như thế mà vẫn không được việc à?"

Thiền sư Làng Sen trầm ngâm một lúc, hẳn ông không muốn làm tôi thất vọng. Con người nhiều cao kiến và tưởng như khó hiểu lại thốt ra những lời rất bình dị:

"Thời điểm tốt nhất để trồng một cái cây

là hai mươi năm về trước. Thời điểm thứ nhì là ngay lúc này, một ngạn ngữ cổ Trung Hoa nói vậy. Những gì cần làm thì chúng ta làm ngay, nhưng đừng vội vã. Cần có thời gian để tiêu trừ những khí ác kết tụ đã lâu. Oán kết hai mươi năm thì phải giải ít ra là hai mươi năm, từng ngày thành tâm sám hối, làm sao mà gấp được. Vả lại lòng thành là điều cốt yếu."

Ông nói đến lòng thành, ông ngụ ý tôi không đủ lòng tin? Có thể. Trong vô thức tôi nhìn Thiền sư Làng Sen như nhìn một giáo chủ tôn giáo hơn một bậc chân tu. Còn hôm nay trông ông giống diễn viên tuồng chèo hơn là giáo chủ. Từ hôm giải tán đàn tràng đến giờ hình ảnh ông đã gắn liền với áo hoàng bào và vương miện vàng chóe trên đầu. Trước mặt ông là thanh gươm trừ tà và cái kính chiếu yêu (*). Đôi mắt tôi đã quen nhìn ma quỷ, tôi tự hỏi kính chiếu yêu của ông có chính xác bằng gương mắt của tôi? Đôi mắt này, nếu tôi chết đi, tôi không muốn chúng bị hủy hoại. Tôi muốn để lại cho đời những chiêm nghiệm sống của mình, dẫu những chiêm nghiệm ấy chỉ toàn là điều dữ. Mà kính chiếu yêu, hay minh cảnh đài, có thật sự ích lợi như người ta tưởng? Ai là kẻ đủ can đảm để soi rọi chính mình trong kính? Giây phút nhìn vào kính, con người tự đặt mình vào lằn ranh giữa thần thánh và ma quỷ, và với kẻ tu hành thì lằn ranh ấy càng mỏng manh gấp bội.

Tôi hỏi, cố tình khiêu khích: "Nói đến lòng thành, ông có đủ lòng thành để soi mặt vào tấm kính ông cầm trên tay không?"

Thiền sư Làng Sen không bị xúc phạm. Công phu tu luyện của ông khá cao làm tôi không khỏi khâm phục. Ông không trả lời thẳng, mà kể một công án, như thể tôi đang là kẻ thỉnh cầu Phật pháp:

"Tôi còn nhớ một câu chuyện được đọc từ nhỏ, về một thiền sinh Nhật Bản nhập thế để trừ gian diệt bạo. Theo lời thầy dặn, anh phải giết đủ 108 con yêu đội lốt người trong vòng 10 năm để hoàn thành sứ mạng. Anh được vị thầy chưởng môn trao cho hai bảo bối là thanh kiếm trừ tà và kính chiếu yêu để khỏi giết lầm người. Trong năm năm đầu anh đã phát hiện được 107 con yêu và dùng gươm thiêng hạ sát chúng. Nhưng năm năm sau đó anh không sao tìm ra con yêu thứ 108 để hoàn tất lời nguyện với thầy. Vào ngày cuối cùng của năm thứ mười, biết rằng thời hạn sắp chấm dứt, và phải nộp đủ 108 mạng sống, anh ta đập vỡ minh cảnh đài và dùng gươm mổ bụng tự sát. Vậy ông nghĩ anh ta có đủ lòng thành hay không?"

Tôi hơi bị bất ngờ trước câu hỏi. Tôi nghĩ ông ta bịa câu chuyện này để tránh né, một kiểu tránh né điêu luyện. Tung ra những ý tưởng có vẻ cao siêu với chủ ý đánh lạc hướng đối phương là kỹ thuật cao cường của ông ta. Tôi tiếp tục tấn công:

"Như vậy, một là anh ta nhìn vào gương và nhận ra mình là yêu, rồi tự sát vì thất vọng. Hai là anh ta không đủ can đảm, không dám nhìn vào gương và chọn cái chết để che đậy sự yếu đuối của mình. Lòng thành hay không, đằng nào cũng chết."

Thiền sư Làng Sen nghiêm trang nói:

"Bí ẩn của công án nằm ở giữa thời điểm tấm gương bị đập vỡ. Mỗi người chúng ta đưa ra đáp án khác nhau vì lòng thành của chúng ta khác nhau. Có thể nghĩ rằng, để nhìn thấy bản lai diện mục, anh phải là nạn nhân cuối cùng của chính thanh kiếm trừ tà của mình. Nếu nói theo tinh thần Thiên Chúa giáo, anh ta tự sát để thế mạng và rửa sạch tội lỗi cho thế gian."

Cứt! Thiền sư Làng Sen không đủ khả năng để giải chính cái công án bịa của ông. Hành động tự sát của anh chàng, đối với tôi, là một thất bại không thể chấp nhận được. Mọi công án chỉ là sản phẩm tưởng tượng của tinh thần, hoàn toàn không mang chút giá trị thực tiễn nào.

Vậy mà những ngày sau tôi vẫn bị công án ấy ám ảnh. Đây chỉ là một bi kịch giả dạng, tôi vẫn hiểu. Nhưng nó vẫn khiến tôi tiếc nuối. Với hai bảo vật đó, kính chiếu yêu và kiếm trừ tà, anh ta có thể gồm thâu cả thế giới trong lòng bàn tay. Sao chết uổng vậy.

&

Hắn không chịu xác nhận sứ mạng của hắn là lật đổ chúng tôi.

Chúng tôi vẫn tiếp tục làm việc nhẹ nhàng với hắn. Chất nổ ai cung cấp. Vũ khí dấu ở đâu. Tổ chức có những ai. Ai đứng sau lưng tài trợ.

Hắn nói chẳng có mưu toan nào cả. Hắn chỉ làm theo ý dân và ý trời. Điều chúng tôi cần là tên gọi và cơ cấu của tổ chức. Chúng tôi không sợ dân hay sợ trời.

Ma quỷ thì chúng tôi sợ.

&

Đôi mắt của người đối diện là những minh-cảnh-đài thường trực cho chúng ta nhìn thấy chính mình, thật trong suốt, không tì vết. Những cặp kính ấy, triệu triệu những cặp kính chiếu yêu ấy, đang theo dõi tôi suốt ngày đêm. Kiểu cách mọi người nhìn tôi, kín đáo và ái ngại, khiến tôi bực bội. Tôi hiểu sắc diện mình thê thảm dường nào. Khi soi gương cạo râu tôi thấy cơ mặt mình hằn sâu những nét ghê rợn của kẻ phải chứng kiến quá nhiều điều gớm ghiếc. Tia mắt tôi phát lộ vẻ kinh hoàng, như ánh mắt của kẻ chết bất đắc kỳ tử, chết không nhắm mắt, chết trong oán hờn.

Buổi sáng hôm nay trong lúc ăn điểm tâm cùng một phái đoàn nước ngoài ở nhà khách quốc tế, tôi đã đi đến một quyết định riêng mình. Tôi sẽ phải hành động để cứu vãn một điều nguy kịch. Trong lúc người phục vụ dọn phở cho nhân viên sứ quán, tôi nhớ vẻ đói khát của cha đêm qua, khi cha nói đói lắm mà không sao ăn được đồ cúng trên bàn thờ. Cha đã nhìn tôi thèm thuồng như thể tôi là miếng thịt tái non nằm tươi sống trên tô phở của ông. Tôi hiểu càng ngày ông sẽ càng sa sút hơn. Một oan hồn thèm thịt sẽ đi đến chỗ tồi tệ nhất.

Ma cà rồng, quỷ nhập tràng không phải

là sản phẩm của tưởng tượng và phim ảnh. Đó là ước mơ thầm kín của con người.

&

Chúng tôi nghĩ hồ sơ hắn sắp kết thúc nay mai. Chúng tôi cũng có chút bùi ngùi sau nhiều ngày làm việc, trong thâm tâm chúng tôi cũng cảm mến hắn. Hắn là người trí thức, chúng tôi nhận thấy thế. Trong buổi nói chuyện chúng tôi mời hắn thuốc lá ngoại và cà phê sữa. Chủ yếu chúng tôi chỉ ngồi nghe. Hắn tránh né vấn đề chính, chọn cách ăn nói lấp lửng theo kiểu ẩn dụ. Đại khái không nên để một xác chết làm biểu tượng cho bất cứ điều gì, càng không phải cho một dân tộc đã dư thừa xác chết. Hắn phân tích khác biệt giữa oan và oán. Hắn cho những ví dụ như giải oan người chết và kết oán người sống. Chúng tôi khuyên hắn đừng hành động quá khích, có gì thì viết kiến nghị và kiên nhẫn chờ đợi.

Cuối cùng chúng tôi hỏi hắn: "Anh có đề nghị gì về tình hình đất nước, cứ thẳng thắn. Chúng tôi rất cởi mở, sẵn sàng lắng nghe."

Hắn hỏi, các ông nghe nói gì về con yêu thứ 108?

&

Lại đến chu kỳ rửa xác cho cha. Tôi gọi là ngày khâm liệm mỗi tháng. Cứ đến thời gian này tôi lại bồn chồn, buồn nôn, rồi ói ra thốc tháo. Mỗi lần như vậy, gan ruột tôi, tất cả mọi thứ trong bụng đều trồi ngược họng. Triệu chứng này các bác sĩ tiêu hóa nói cũng phổ biến, do tâm lý căng thẳng. Chỉ riêng tôi biết là do hít thở quá nhiều mùi thịt thối rữa gây nên. Thuốc men không cách nào ụa cảm giác này khỏi cơ thể, tôi không cách nào ụa cái xác ra khỏi ý thức, bởi nó đã mãn tính bám vào tôi mấy chục năm nay. Một cách nào đó, tôi đang bị nó ăn thịt. Tôi đã tận dụng những thế lực trong tầm tay để chống chọi. Nhưng những thế lực quanh tôi đang phản kháng lẫn nhau và nghiền nát tôi trên đường đi của chúng.

Tôi phải giải quyết cách nào? – Hoặc cái xác, hoặc tôi. Thế thôi.

Nhưng làm sao thủ tiêu được nó? Cái xác này không chỉ là một cái xác, nó là di sản thuộc hàng quốc bảo. Nó đã qua mặt cái xác của Lê Nin. Nó đang cạnh tranh với những xác ướp Ai Cập. Như cái xác người còn tươi rói sau năm nghìn năm vừa tìm thấy ở vùng băng sơn châu

Âu, nó sẽ còn tồn tại mấy ngàn năm nữa, bất chấp những thiên tai, những biến động, những đảo chính, những thăng trầm của thể chế và những suy tàn của lịch sử. Nó có thể mất tích, rồi nó sẽ lại được khai quật, được phân chất, và hình ảnh nó lại tràn ngập những bản tin thế giới. Nó sẽ đại diện cho nền văn minh của chúng tôi ở một thời điểm tương lai, cái thân xác hư mốc này. Nó sẽ được triển lãm, được trân quý di chuyển khắp các bảo tàng viện quốc tế. Nó sẽ tìm mọi cách để tiếp tục hiện hữu. Ý chí của nó ghê gớm lắm. Nó sẽ tác quái và áp đặt quyền thống trị lên mọi linh hồn khác. Và tôi sẽ phải lận đận trong ngàn vạn kiếp đầu thai nữa để cung phụng nó. Tôi nói với cha, tôi cầu khẩn cha, cha ơi, cha đừng chỉ là một cái xác, hãy tan biến đi, hãy hư hoại đi, hãy rã mục đi, hãy sâu mọt đi, hãy thiêu rụi đi, hãy tro tàn đi, vĩnh viễn!

&

Hôm nay là một ngày u ám. Tôi đứng giữa đại sảnh vào giờ cuối ngày lúc Lăng gần đóng cửa. Tôi, cũng như tất cả, phải bước qua quầy kiểm tra vũ khí và để lại mọi vật dụng cá nhân. Vách tường bằng đá tỏa ra khí lạnh toát. Những con người xếp hàng một di chuyển âm thầm trong căn phòng ướp đông màu đen. Nhân viên coi Lăng mặc đồng phục tối để lẫn vào nền tường. Họ ẩn hiện, khi có, khi không. Toàn bộ Lăng là một khối đa giác huyền bí. Mắt nhìn không bao giờ chạm đến đỉnh trần. Ở đây rất khó ước chừng khoảng cách. Ở đây không gian được tạo bằng một chút ánh sáng và rất nhiều bóng tối để xóa mờ những góc cạnh. Ở đây chúng ta bị quan sát như chuột trong lồng kính. Tư thế thăm lăng là đi nghiêm thẳng hàng và hai tay buông sát bên hông. Mọi bước đi đều phải đặt trên đường vạch sẵn, nhìn nghe đều giới hạn và tuyệt nhiên không được sờ chạm, không được cử động cánh tay. Ở đây chúng ta không được phép làm gì khác ngoài việc chiêm ngưỡng xác.

Đường xuống hầm mộ hẹp dần. Mặt đá dưới chân có khả năng thẩm thấu những tạp âm để không gây tiếng động. Có những chỗ nấp kín đáo. Có những kẽ hở của thời gian. Có những duyên nghiệp không sao giải thích được: cái xác – tôi – hắn – Thiền sư Làng Sen – Lăng, đàn tràng – nhà giam – nhà xác... Như một mạch điện chằng chịt mê hồn trận. Như xâu chuỗi ngầm những tiền kiếp đang chi phối hành động của chúng ta. Như...

Óc tôi chợt lóe sáng như chập điện. Tôi vừa được khai quang, tôi đang giác ngộ, tôi bắn ra khỏi vũng lầy nhầy nhụa của u mê. Định mệnh vừa kéo màn cho tôi nhìn suốt những bí ẩn và mưu toan của nó. Tia chớp tâm linh của tôi đang hiển lộ trong đêm. Đứng trong hầm mộ tối tăm tôi nhìn thấy được tương lai, một chuỗi những sự kiện tiếp nối nhau như mắt xích đang diễn ra trước mặt.

Nếu tương lai xảy ra như tôi đang nhìn thấy, nếu đôi mắt tôi vẫn là một minh cảnh đài chuyên nhận diện ma quỷ, thì ngày mai, theo đúng chương trình, Thiền sư Làng Sen sẽ đến làm lễ trong Lăng. Trong thời gian này sẽ có kẻ gài mìn khủng bố. Hệ thống điện bị tê liệt. Phòng đặt máy thu hình toàn bộ Lăng sẽ bị cháy. Sau đó là vụ nổ xác vào lúc giao ca trực. Cái xác sẽ bị thiêu rụi ngay trong hầm. Bộ chính trị sẽ họp khẩn cấp. Một số đổ lỗi cho khủng bố. Một số quy tội cho sự cố kỹ thuật. Tất cả đều đổ lỗi cho nhau. Mọi thủ đoạn sẽ được phô diễn. Tôi sẽ vô can. Thiền sư Làng Sen sẽ mãi mãi là một nghi vấn, như chính công án của ông.

&

Trong buổi họp bộ chính trị chúng tôi đã cố gắng khắc phục tình thế. Một số người đã bị cảnh cáo và đã nhận khuyết điểm. Tôi kiềm chế khá tốt những xung động trái ngược trong lòng. Quanh tôi, những khuôn mặt căng thẳng quá độ trông hệt như hình tranh biếm họa vẽ họ trên các nhật báo hải ngoại.

Nhân vật số hai trong bộ chính trị tuyên bố: "Phải tuyệt đối không cho nhân dân biết chuyện cái xác bị hủy. Chỉ thông báo đơn giản là đóng cửa Lăng để trùng tu."

Ngoại trưởng kiêm Phó Thủ Tướng, vừa đi công du Hoa Kỳ về, đề nghị:

"Làm cái xác giả không khó. Tôi thấy ở các Wax Museums bên Mỹ họ làm tượng Lincoln, tượng Nixon bằng sáp rất giống. Chúng ta cho đúc một tượng sáp vừa đúng kích cỡ, đặt vào quan tài thế cho xác thật. Với lại cái xác cũ trông cũng tệ quá rồi."

Bộ trưởng nội vụ gật đầu: "Hay. Tôi ủng hộ ý này. Sẽ giảm thiểu chi phí quốc phòng rất nhiều đấy."

Tôi nói, nếu tất cả nhất trí, chúng ta thông qua gấp, đề nghị bàn sang chuyện nổ bom khủng bố vừa rồi.

Tất cả cùng mở hồ sơ cáo trạng và một người bắt đầu đọc lớn tiếng:

"Hồ sơ ghi nhận, tổ chức này đã rải truyền đơn chống phá, đã cấu kết với phản động ngoài nước, đã tàng trữ vũ khí và chất nổ, đã thực hiện các phi vụ không tặc để âm mưu lật đổ chính quyền.

"Tên khủng bố là đầu não của tổ chức trên. Tang vật là quả bom hắn tự chế và giao cho đồng bọn thi hành. Hắn là tên tội đồ tối nguy hiểm. Hắn là kẻ thù của nhân dân toàn thế giới. Hắn là kẻ chủ mưu trong vụ nổ dưới hầm. Đề nghị án tử hình."

Một người nào đó nói. Tiếng của một người nào đó trong bọn chúng tôi, cất lên:

"Không. Hắn sẽ chết vì bệnh tim trước khi ra tòa thụ án."

&

Lăng của cha trong bóng tối vẫn lung linh tỏa sáng như khối nước đá dưới trăng mỗi lần tôi lặng người nhìn ngắm từ dưới chân đồi. Có một điều gì đang thay đổi trong tôi. Sau khi hắn chết và cha tôi chết thêm lần nữa, tôi có đến thăm Thiền sư Làng Sen và hỏi ông về con yêu tinh thứ 108. Nó có tồn tại thật không. Ông nói nó đã chết rồi, chết ngay khi tấm gương bị vỡ.

Cũng có khi ông nói, nó vẫn còn lẩn quất giữa chúng ta.

Chú thích:

(*) Chi tiết này có liên quan với truyện ngắn Cửa Tùng Đôi Cánh Gài của Nhất Hạnh trong tuyển tập *Những Truyện Ngắn Hay Nhất của Quê Hương Chúng Ta* (nxb Sóng)

Mở Tương Lai

Trong suốt những giấc ngủ chập chờn từ nhiều năm nay tôi vẫn bị câu chuyện với Nguyễn Hương ám ảnh. Vì lời hẹn sẽ gặp lại nhau 30 năm nữa. Sớm hơn thì tốt, nhưng ba mươi năm sẽ là thời hạn chót. Lúc đó chúng tôi đang đứng ở năm 1975, cuộc sống chỉ toàn là tương lai (chúng tôi chưa có một hiện tại riêng, chưa đủ ký ức để làm thành quá khứ). Tương lai Hương khi ấy rất xán lạn - tôi nhìn thấy điềm lành ở vầng trán cao, mũi thẳng, ấn đường sáng láng. Còn tương lai của tôi thì nằm ẩn dấu trong đầu, nơi chứa những giấc mơ.

Ở thời điểm năm 75, linh tính của tôi rất nhạy. Qua những giấc mộng tôi có thể đoán được tương lai. Có lần tôi đã chiêm bao thấy hai đứa xa nhau. Hương hỏi xa nhau bao lâu thì tôi không trả lời, vì giấc mơ không nói rõ. Điều đó khiến Hương nghi ngờ. Hương không hiểu rằng giấc mơ không cung cấp những điều cụ thể, vì bản chất của mơ là trừu tượng. Những cảnh trong mơ thường phi thực, không gian mơ được bóp méo cắt khía nhiều chiều. Còn thời gian của mơ thì bùng nở và co giãn.

Khi biết Hương sẽ xuống Vũng Tàu và sẽ đi chiều hôm đó, tôi tự hứa sẽ điều khiển giấc mơ để đưa Hương đi thoát. Hương bảo: "Chuyện Hương đi thoát phải xảy ra trước, rồi chuyện Thơ Thơ nằm mộng mới tới sau. Giấc mơ chỉ là một quá khứ gần. Không thể mở ra tương lai." Hương không biết trò chơi giấc mơ là chuyển động hai chiều, như trái banh ném qua lại giữa hai người - tôi là người chơi sẽ tác động ngược về phía tương lai, để thay đổi nó.

Hương đưa tôi địa chỉ và điện thoại người anh ruột ở tiểu bang Virginia. Những dòng chữ P.O. Box 1124 Fairway, VA. 22043 và (703) 717-7447 viết trên tờ giấy xé từ cuốn sổ. Chúng tôi sẽ tìm lại nhau dựa vào những chữ số này. Tôi cầm mẩu giấy như thể nó là bằng chứng của tương lai. Một tương lai được mã hóa cụ thể và rành mạch.

&

Bom nổ ran từ phía cầu Băng Ky khi bố tôi đậu xe trước nhà bà ngoại. Nhà ở ngã năm Bình Hòa, cuối một con hẻm nhỏ. Lối vào trải sỏi. Ngoài hàng hiên treo lủng lẳng những giò phong lan bám trên khúc cây khô. Hôm ấy ngày 25/4. Ông Lê vẫn còn đó, đang pha chế một dung dịch riêng từ nhiều thứ thuốc để nuôi lan. Ông là bạn của bà.

Khi nhìn thấy bà ngoại, tôi hiểu ngay là bà sắp chết.

Bà ngồi dựa lưng vào ghế, lúc đó chỉ là một bộ xương với mái tóc búi cao, nhưng dáng điệu vẫn sang trọng quý phái. Sau lưng là bức tranh sơn mài của họa sĩ Nguyễn Gia Trí vẽ một người đàn bà mặc áo cánh trắng, vấn tóc trần, ngồi võng – dáng ngồi và nét mặt hao hao bà lúc trẻ. Bức tranh đó sau này cô tôi bán đi giá nửa chỉ, đủ để sống trong một tháng. Bức tranh sẽ qua tay nhiều người, cho đến khi một khách chơi tranh quốc tế trả giá 30 cây và mang lậu ra khỏi nước. Tôi sẽ nhận ra bức tranh trong một phòng triển lãm ở Mỹ sau này. Nhưng đó là chuyện nhiều năm sau, thời mở cửa và hậu mở cửa. Còn bây giờ là thời đóng cửa, thời tuyệt cùng. Đó cũng là thời mệnh chung. Của bà.

Bà ngồi, một cánh tay khoan thai vươn dài trên thành ghế, sự vươn dài hơi lạ kỳ như thể bị kéo dãn ra khỏi thân xác có thật. Cánh tay áo còn lại nằm vắt phất phơ ngang bụng. Nó đã trở thành một dải lụa mềm mại. Thỉnh thoảng bà nhăn mặt đau đớn, đồng thời tay vuốt ve dải lụa, ra chiều âu yếm: "Cánh tay ma này ác lắm. Cưa đi rồi mà vẫn dính bám vào mình. Biết thế thì chẳng cưa làm gì." Hình ảnh và lời nói đó có vẻ gì ma quái, luôn luôn làm tôi nổi da gà. Tôi nghĩ tới cánh tay ung thối đã bị chặt ra, đã ngâm trong dung dịch phóc môn để ở đầu giường nằm của bà.

Tất cả đang ngồi quanh, dáng điệu rầu rĩ vì họ cùng cảm thấy mùi chết chóc đang toát ra từ bà. Mẹ tôi nói:

"Me đi với chúng con nhé."

Bà lắc đầu:

"Không. Me không đi được. Các con cứ đi đi, đừng lo cho me. Me còn phải ở lại chờ tin tức của Giao. Và cậu Lê sẽ ở lại."

Cậu Giao. Mấy hôm nay không ai được tin tức gì của cậu. Có người nói cậu vẫn còn đang giao chiến ở Xuân Lộc hay Long Khánh. Có người nói cậu đã mất tích. Vì vậy bà phải ở lại. Bà ở lại là đúng. Đàng nào bà cũng sẽ chết trong nay mai. Còn ông Lê cũng ở lại, tuy ông có giấy tờ bay trong tay từ cả tuần nay, muốn đi lúc nào cũng được. Tôi không muốn nghĩ rằng ông cũng sẽ chết. Nhưng có lẽ vậy.

Ông Lê là một nhân vật bí mật. Mẹ tôi nói những hoạt động của ông mang tính cách đối lập tuy nhiều nhân vật cao cấp trong chính phủ hay lui tới gặp ông. Nhiều lần dưới thời Pháp thuộc lẫn thời cộng hòa ông đã bị bắt giam, và ông sẽ còn ngồi tù nhiều lần nữa dưới thời cộng sản. Nghe nói ông Lê tá túc trong nhà chúng tôi từ hồi Việt Minh bắt đầu thanh toán các đảng phái khác, lúc các nhân vật trong Tự Lực Văn Đoàn phải lánh nạn sang Quảng Châu, rồi ông ngoại tôi chết một cái chết đầy bí ẩn và nhiều người nữa bị thủ tiêu mất xác.

Giữa ông Lê và bà ngoại của tôi là một vòng ân nghĩa rối rắm và lâu đời. Có lẽ vòng ân nghĩa đó sắp khép lại nay mai - vài ngày, vài tuần nữa... khi bà tôi nằm xuống. Có lẽ ông sợ nếu bỏ đi thì chuyện nợ nần sẽ kéo dài trùng điệp, những thứ không thanh toán nổi trong một kiếp người sẽ phải trả gấp bội qua nhiều kiếp tới.

Ông Lê là một người đặc biệt với phong thái của một chính khách thời loạn. Một người để tóc bạc trắng tuy chưa hẳn đã già. Ông chơi lan, uống trà tầu, viết sách, làm báo, và làm những thứ không tên khác. Ông không sợ cộng sản. Mẹ tôi nói: "Nếu ở lại ông sẽ chết dưới tay cộng sản." Ông nói: "Tôi biết họ. Tôi biết cách đối phó với họ. Tôi biết họ muốn gì và cần gì. Các anh chị thì không. Các anh chị phải đi. Me muốn các anh chị đi, bằng mọi giá."

&

Nhà tôi ở cư xá Thanh Đa, trên một cù lao nhỏ nối với đất liền bằng cây cầu dài bắc ngang một khúc sông nước luôn luôn chảy xiết. Dân trong vùng gọi nó là cầu Kinh. Tôi thích cái tên này. Kinh vừa là kinh hãi vừa là kinh thánh. Vì nhiều người đã tự tử ở đây, nên gần đó có một nhà nguyện nhỏ. Nếu đi bộ hay đạp xe ngang sông sẽ nghe được tiếng kinh cầu vọng lại.

Buổi sáng tôi đứng ở bao lơn nhìn xuống dòng sông, nhìn xa hơn về phía Câu Lạc Bộ Thể Thao Dưới Nước. Dòng sông vắng. Không còn ai trượt nước hay chèo thuyền từ hướng Mai thôn về phía Bình Triệu nữa. Việt cộng đang từ những ngả ấy kéo vào. Vật dụng cá nhân tôi đã xếp cả trong cái túi đeo vai bằng sợi - thời trang đang thịnh hành của Sài Gòn 75. Tôi không lo sợ. Lịch trình bay của chúng tôi là ngày mai, tập trung ở Hội Việt Mỹ. Cô Hồng Trang – bạn thân của mẹ tôi - sẽ chờ ở đấy. Tất cả sẽ lên xe bus vào Tân Sơn Nhất.

Tương lai rất gần. Hoặc nếu tương lai còn xa thì tôi như một người bị cận thị tinh thần. Vì tôi chỉ nhìn được đến thế. Tương lai chỉ mở ra đến thế. Tương lai hẳn phải là phía có Hương. Hương đã đi xa hơn một chút về phía tương lai. Nhưng tôi sẽ đuổi theo kịp. Ngày mai.

Dòng sông vào những ngày cuối tháng tư nhuộm màu cam trong và lỏng như vắt từ những trái quít ra. Nước rực lên ánh sáng gắt gao của một mặt trời nằm ẩn dưới lòng sông. Vào ban đêm mặt nước phản chiếu ánh hỏa châu bắn lên từ phía những rừng cây ven bờ. Bao giờ thì người lạ mặt sẽ chèo thuyền sang đây? Tôi rùng mình. Dòng sông bây giờ là ngăn cách cuối cùng.

&

Nằm mơ là đường ngắn nhất để đi tới tương lai.

Hôm qua tôi nằm mơ thấy Hương đi lang thang ngoài bãi Dâu. Như vậy là Hương chưa xuống tàu. Ở vùng biển chắc nguy hiểm hơn thành phố, người ta có thể thanh toán nhau để dành chỗ đi chỗ đứng (tôi nghĩ dại, nghĩ vu vơ như thế mà không ngờ đúng - sau này tôi mới biết chú Thuần tôi đã chết một cách tương tự vậy). Tôi lo sợ, và trách mình đã quên không nghĩ tới Hương.

Tôi sẽ cố đêm nay. Sẽ tìm cách điều khiển giấc mơ của mình, sẽ tập trung hình ảnh Hương thật lâu, cho đến khi ngủ thiếp. Bằng cách đó tôi sẽ mang Hương vào giấc ngủ. Tôi sẽ thả Hương xuống tàu, đẩy Hương trôi ra biển. Trôi thật xa. Càng xa tôi càng tốt.

Đây sẽ là buổi sáng cuối cùng ở với dòng sông. Ngày 27/4 tôi viết vào trang mới của cuốn tập. Tôi dự định mang cuốn tập đi theo, tiếp tục tập viết nhật ký như Anne Frank. Có nhiều lý do để viết lắm. Không phải là để giống Anne Frank tuy chúng tôi cùng tuổi, hay đúng hơn tôi đang bằng tuổi Anne trước khi cô chết.

Tôi đứng sát mé nước, thật sát, để gửi lời chào từ biệt. Tôi thì thầm trong đầu như thế dòng sông là một linh hồn có thể hiểu được ý nghĩ của tôi. Đây là chỗ mình đã ngồi và đọc Cuốn Theo Chiều Gió, đọc Mặt Trận Miền Tây Vẫn Yên Tĩnh hai năm về trước. Dưới gốc cây này, ven bờ sông này là chỗ gặp nhau giữa tình yêu, chiến tranh, thất trận và thất vọng. Nước vỗ vào bờ đất óc ách, giờ này nước cạn. Đến chiều lục bình sẽ trôi về đây. Những chùm hoa tím sẽ tràn lên bờ làm dòng sông hẹp lại. Sóng xoáy sẽ nổi lên từ đáy, phả vào nơi tôi đứng mùi hơi nước tanh tanh. Đã có vài gia đình nghe nói đi ghe từ đây ra cửa biển và thoát. Thoát? Không thấy họ quay về.

Hương đang lênh đênh trên biển. Tôi biết điều đó, chắc chắn. Đêm qua Hương không chịu ngủ, ra đứng ngoài boong tàu, kêu lạnh lắm, và run lập cập. Tôi nói: "Chắc Thơ phải ôm Hương cho Hương đỡ lạnh." Có thể Hương không thích đụng chạm thân xác. Nhưng sau khi nói vậy, tôi biết Hương sẽ không chống cự, sẽ để tôi ôm, vì đây là cái ôm hứa hẹn không rung cảm. Tôi sẽ tránh không để da thịt mình rung cảm. Người Hương mỏng, tôi ôm mãi, siết chặt mãi mà vẫn không chạm được tới phần xương thịt của Hương. Tôi cứ ôm xiết ôm lỏng một thân thể chơi vơi như vậy, lăn qua lăn lại, giữa khoảng không, như thế suốt đêm.

&

Những người Mỹ trong Ban Quản Trị, những giáo sư Mỹ và nhân viên Mỹ đã biến mất khỏi Hội Việt Mỹ từ ba hôm nay. Đó là điềm chẳng lành. Cô Hồng Trang có vẻ lo lắng khi gặp chúng tôi. Tuy chúng tôi đã có tên trên danh sách, nhưng lấy gì bảo đảm? Cô Hồng Trang nói họ không thể bỏ rơi mình được. Khi nói "không thể" mắt cô long lanh cương quyết. Cô nói như thể cô đang ở vào vị trí người Mỹ. Nếu là người Mỹ cô sẽ không bỏ rơi ai hết thật. Cô Hồng Trang là người giữ lời hứa cho đến cuối cùng. Mẹ tôi nói người nào chung thủy trong tình yêu sẽ chung thủy trong cuộc sống. Cô Hồng Trang chung thủy trong tình yêu, cô chỉ yêu được một người. Khi người ấy chết cô không thể yêu ai được nữa.

10 giờ sáng ngày 28/4 chúng tôi có mặt ở Hội Việt Mỹ. Cô Hồng Trang đưa chúng tôi vào phòng họp. Nhiều gia đình giáo sư khác đang chờ với hành lý chung quanh. Họ nói khoảng 11 giờ ông John Clark giám đốc sẽ có mặt và sẽ đưa chúng tôi vào phi trường.

Chúng tôi chờ hơn ba tiếng đồng hồ. Đến 1 giờ trưa vẫn chẳng có xe bus nào tới đón. Cô Hồng Trang gọi điện thoại về nhà ông Clark. Người ta nói ông đã ra phi trường từ tối qua theo lệnh di tản cấp tốc. Ông gửi lời chào và xin lỗi cô Hồng Trang, xin lỗi các giáo sư.

Trên đường về tôi nhìn qua cửa kính xe hơi, nhìn lên trời, tìm bóng dáng những chiếc máy bay, những phản lực cơ. Tôi đếm được 15 chiếc, bay không cao lắm, như thể chúng vừa mới cất cánh, như thể chúng đã cố công chờ đợi mà chúng tôi không tới.

Tôi vẫn không tin rằng chúng tôi đã bị bỏ rơi.

Mẹ tôi khóc. Cô Hồng Trang không khóc. Cô buồn, và giận. Lúc xuống xe cô nắm tay mẹ tôi xin lỗi: "Tại Trang cả. Tại Trang nên các bạn đã lỡ những dịp đi khác. Trang ân hận lắm."

Mẹ tôi nói:

"Còn nước còn tát. Mình ghé nhà Trần Bình Phú."

Chú Phú là đại tá Hải Quân đón chúng tôi ngoài cổng. Chú mặc quân phục để chuẩn bị ra hạm đội. Thấy mẹ tôi trong trạng thái hoảng loạn, chú bình tĩnh nói: "Chưa đâu, làm gì có chuyện đầu hàng. Em vẫn ở lại chiến đấu. Anh chị đừng lo. Nhà em vừa lái xe đưa mẹ em ra bến Bạch Đằng. Chắc chưa xuống thuyền đâu. Anh chị cứ ra đấy sẽ gặp mẹ em và nhà em."

Chúng tôi ra bến Bạch Đằng. Hỗn loạn và tàn bạo. Vài vụ cướp giựt vừa xảy ra cách chỗ tôi đứng chừng ba mươi thước. Cảnh tượng này vừa kinh hoàng vừa quen thuộc, dù là lần đầu tôi chứng kiến. Làm sao tìm ra gia đình chú Phú? Mẹ tôi hỏi: "Sao, có đi không?" Bố tôi lắc đầu: "Nguy hiểm lắm." Mẹ gay gắt: "Vậy thì đi đâu?" Bố trả lời: "Xuống Phước Tĩnh. Kiên hẹn ngày mai xuống bãi gần chỗ Kiên đóng quân."

Chúng tôi lái xe về hướng xa lộ.

Đường xuống Phước Tĩnh bị cắt.

Tất cả các đường ra khỏi thành phố đã bị vây chặn. Chúng tôi quay lại Sài Gòn. Tuyệt vọng len lỏi vào trong yên lặng của buổi trưa nóng nực. Bây giờ tôi hiểu tại sao cảnh tượng này quen thuộc. Tôi đã gặp chúng trong *Cuốn Theo Chiều Gió*, trong *Một Thời Để Yêu, Một Thời Để Chết*. Điều tôi đang chứng kiến đã có từ lâu, chỉ là nỗi kinh hoàng chung của nhân loại. Nỗi kinh hoàng cứ lặp đi lặp lại, nhiều lần, như một vở tuồng cũ nhàm chán đến nôn mửa. Vì vậy nó phải bằng mọi giá tìm ra những người xem mới.

&

Cô Hồng Trang nói:

"Mình sẽ đi theo VoF. Tối mai trực thăng đến 'bốc' mình đi."

VoF! Đài Tiếng Nói Tự Do. Voice of Freedom.

Mẹ tôi ôm chầm lấy cô Hồng Trang, mừng rỡ.

Bà ngoại tôi bảo:

"Hôm trước me nằm mơ thấy Giao chết, còn các con đi thoát. Hôm sau me nằm mơ ngược lại. Không thể tin vào những giấc mơ. Chúng chỉ đánh lừa mình."

Tối hôm ấy tôi nằm mơ thấy Hương đưa cho mình một cuốn truyện. Hương đứng đầu thuyền, bảo: "Truyện này hay lắm, Thơ Thơ phải đọc." Không khí trong mơ lạnh. Hơi lạnh tỏa buốt đều như trong một căn phòng chạy máy lạnh hết cỡ. Hương nằm xuống sàn thuyền, bảo tôi, giọng nhẹ nhàng kỳ lạ: "Đêm nay sẽ dài lắm, dài hơn tất cả các đêm. Thơ nằm xuống đây đi." Tôi ngoan ngoãn nằm úp lên người Hương. Con thuyền chòng chành khiến thân thể chúng tôi cọ xát ngoài ý muốn. Tôi nhắm mắt lại, sung sướng chạy khắp người như điện. Lần đầu tiên tôi có cảm giác như vậy với Hương. Tôi biết được sự bất thường của những cảm giác này, ngay lúc đang ôm nhau, ôm thật sát vì Hương luôn miệng rên rỉ: "Lạnh quá, lạnh quá" như nhắc nhở hãy ôm thêm nữa, ôm cho chặt mãi...

Buổi tối hôm sau cô Hồng Trang dẫn chúng tôi vào đài Tiếng Nói Tự Do. Chúng tôi đi thang máy lên tầng trên cùng của tòa nhà. Trên đầu chúng tôi là sân thượng chỗ trực thăng sẽ đáp xuống vào lúc nửa đêm.

Nơi chúng tôi chờ được "bốc" là phòng làm việc trải thảm dầy màu xám - nhiều bàn viết và tủ sách quanh tường. Phòng chạy máy lạnh rì rầm, như một cái hộp kín, cách biệt với thành phố Sài Gòn đang thất kinh hoảng loạn bên dưới. Khoảng mấy chục người đã có mặt. Qua đối thoại giữa bố mẹ tôi và cô Hồng Trang, tôi biết họ là những nhân viên trong đài và những văn nghệ sĩ của miền Nam. Có vẻ tất cả đều quen biết nhau, nhưng không ai muốn nói với ai cả. Mọi người giữ im lặng tối đa, như thể nếu họ nói thì sẽ không nghe thấy tiếng máy bay trực thăng đáp xuống, và máy bay sẽ bỏ đi mất.

9 giờ tối, tôi không ngủ được vì phòng quá lạnh. Tôi mở ngọn đèn nhỏ, tiện tay rút một cuốn sách từ kệ gỗ gần đó. Tôi nằm dài

trên thảm và đọc cuốn truyện. Tôi đọc trong khi những người chung quanh bắt đầu thiếp ngủ. Cuốn truyện không quá dầy có thể đọc hết một đêm. Ban đầu tôi muốn đọc chỉ vì tựa đề của nó.

Giấc Mơ Tuyệt Vọng.

Tên cuốn sách đập vào đầu tôi. Nó làm tôi sợ và thu hút cùng lúc. Trong khi đọc, tôi linh cảm một điều gì xắp tới. Điều đó đang tiến đến rất gần, rất nhanh, nhanh hơn cả chiếc trực thăng (nếu có) mà chúng tôi đang chờ đợi. Tôi đọc đến quá nửa đêm. 1 giờ sáng, rồi 2 giờ sáng... Phòng càng lúc càng lạnh. Người tôi tê cóng. Tôi bắt đầu muốn ngủ để tìm một lời giải đáp từ phía tương lai, nhưng không cách nào thoát khỏi cuốn sách được. Cuốn sách vẫn mở ra trước mặt tôi, bắt tôi phải hiểu, phải đi thấu, phải trải hết một đêm với nó. Nó muốn tra tấn tôi. Tất cả những bi thảm và căng thẳng – trong cuốn sách - làm tinh thần tôi xuống thấp đến mức đóng băng.

Hương nói đúng, đêm nay dài lắm, và sẽ dài hơn tất cả những đêm sau này.

Đêm rạng ngày 30 tháng 4.

&

6 giờ sáng cả phòng cùng nghe tin tức. Chúng tôi sục xạo tất cả các luồng sóng: đài phát thanh Sài Gòn, đài phát thanh Quân Đội, đài phát thanh Mặt Trận Giải Phóng, đài BBC, đài VOA...Không còn đài tiếng nói Tự Do nữa. Chúng tôi là những kẻ cuối cùng còn sót lại trong này.

Bây giờ chúng tôi mới biết là phi trường Tân Sơn Nhất tối qua bị pháo dữ dội. "Tại vậy trực thăng mới không tới được." Một người nào đó nói to giọng. Những người còn lại gật đầu, chấp nhận giải thích này. Nó có lý. Không ai muốn bị bỏ rơi mà không có lý do.

Nghe nói có nhiều người chết tối qua khi đại bác Việt Cộng bắn vào khu Ngã Năm Bình Hòa. Chúng tôi nhìn nhau. Mẹ tôi quyết định quay về nhà bà ngoại. Tôi dọn dẹp lại chỗ ngủ qua đêm, nhìn xuống dấu tích của đêm dài nhất. Tôi muốn mang theo cuốn *Giấc Mơ Tuyệt Vọng*, như là bằng chứng.

Mẹ tôi nhìn cuốn sách một cách gớm ghiếc lẫn kinh hãi: "Thôi con! Vứt nó đi !" Tôi nói: "Con chưa đọc xong," nhưng vẫn trả về kệ sách. Tôi tiếc. Ba mươi năm sau tôi vẫn không đọc hết nó. Ba mươi năm sau tôi vẫn không tìm ra tên tác giả, tên người dịch, tên nguyên tác là gì. Ba mươi năm sau nó vẫn tồn tại như một điều không thật.

Giá như tôi đánh lừa mẹ tôi để mang nó theo? –Có thể. Nhưng tôi không muốn chịu trách nhiệm về sự tuyệt vọng - hay về giấc mơ - của bất cứ ai nữa. Kể cả Hương. Khi cất cuốn sách, tôi chú ý đến hai cuốn khác bên cạnh nó: *Đất Lành* của Pearl Buck, *Về Miền Đất Hứa* của Leon Uris. Toàn những cuốn có tựa đề may mắn.

Trên đường về nhà bà ngoại, tôi nhìn thấy những xác người nằm chết trên mặt lộ. Tôi ngửi thấy mùi khét cháy của lửa chung quanh. Dấu tích của đại bác đêm qua vẫn còn bốc khói trên những mái nhà.

Ông Lê thấy chúng tôi quay về, thất vọng nhưng vẫn diễu: "Các anh chị dở quá." Mẹ tôi nói: "Tại chúng tôi không có nhiều tiền để chạy." Ông Lê nói: "Thế là dở chứ còn gì nữa. Gia đình này chẳng ai giỏi xoay sở cả."

Chúng tôi lại ngồi chung quanh bà. Mùi chết chóc vẫn tỏa ra từ bà, bây giờ là một thứ mùi chết chóc quen thuộc. Thật kỳ lạ, tất cả chúng tôi đều có mặt đầy đủ vào đúng lúc này - như đã thỏa thuận ngầm với nhau mà không ngờ. Tôi ngạc nhiên khi nhìn thấy cậu Giao.

Cậu vẫn mặc quân phục, vẫn còn súng. Cậu nói súng vẫn còn đạn. Thân thể vẫn lành lặn. Nhưng mắt nhìn buồn bã và u tối. Sự hiện diện của cậu vào thời khắc này khẳng định sư đoàn 18 bộ binh đã tan rã, đã cùng đường, bây giờ mọi thứ đều vô ích kể cả đổ máu... Cậu không trả lời những câu hỏi, chỉ ngồi uống bia hết chai này qua chai khác, trông như đang toan tính điều gì.

Chúng tôi nghe tin tức lẫn với những tiếng nổ lớn từng tràng dội lại, mỗi lúc một gần. Những giây phút chung cuộc của một chế độ được đếm bằng tiếng súng và tiếng khóc. Điều đáng sợ không nằm trong tình huống. Nó nằm trong thái độ của con người. Tôi có thể nghe được những tiếng chân vô hình của những toán quân vô hình đang tiến vào thành phố.

Lời tuyên bố đầu hàng đã đến.

&

Ngay buổi trưa hôm đó - ngày 30 tháng 4, năm 1975 - bà tôi chia của cải cho con cháu. "Mỗi người một lọ," bà nói. Mỗi lọ thủy tinh cỡ bằng ống thuốc chích. Mỗi lọ đựng thứ chất lỏng trong suốt, nặng sóng sánh. Bà nói bây giờ quý hơn vàng. "Có vàng cũng không mua được."

Bà gọi chất lỏng đó là xi-a-nuya. Mua ở viện bào chế dược phẩm Lanton trên đường Cao Thắng. Họ đã cam đoan là cực độc - máu sẽ đen đặc, ruột sẽ đứt, phổi sẽ nát, tim sẽ ngưng đập, chỉ trong vòng mười giây.

Ba mươi năm sau Nguyễn Hương gọi nó là cyanide.

Cyanide đã có công hiệu ngay lập tức.

Cyanide là một thứ thuốc an thần làm mọi người hoàn toàn bình lặng lại. Không ai ngờ sự bình lặng mênh mang lại đến từ chất độc. Không ai khóc. Không ai sợ hãi. Không ai bi thảm hay tuyệt vọng.

Cũng không ai nghĩ rằng mình đang sống.

Một hình thức tồn tại rất lạ lùng.

Chúng tôi đã ăn một bữa tiệc lớn với nhau ngày hôm đó. Có thịt gà. Có canh măng. Có rượu mạnh. Ai đói thì ăn đệm thêm cơm nóng với thịt dim. Sau này nghĩ lại thì thấy đó là một ngày hạnh phúc. Hạnh phúc như ly rượu càng về cuối càng nồng. Hạnh phúc như một chén canh nấu càng cạn càng ngọt sắc. Hạnh phúc khi biết rằng ngày mai sẽ khác hôm nay.

Ngày mai sẽ có một người nào đó ra đi, có thể là mãi mãi. Ngày mai sẽ không còn bà, cậu Giao, lẫn chú Thuần (cậu Giao vào bưng ngay ngày hôm sau. Đối với cậu cuộc chiến chưa thể kết thúc khi cậu còn chưa chết. Còn chú Thuần sẽ chết ở một vùng biển hoang vắng, đó là điều tôi sẽ nằm mơ sau này).

Ngày mai những lọ thuốc độc sẽ không còn nguyên vẹn.

&

Thế giới sau 30 tháng 4 không rõ ngày tháng nữa. Ngày 30 tháng 4 sẽ nối dài rất lâu, nối mãi về sau, qua nhiều thập kỷ. Nếu chúng tôi sống lâu trăm tuổi thì nó cũng kéo dài hàng thế kỷ.

Nó đi theo ký ức con người.

Nó mở ra một cuộc sống mới. Và tạo ra những con người mới. Bây giờ những con người thay đổi rất nhanh, thích ứng rất nhanh, cả cách ăn nói lẫn hành động. Đồng loạt tất cả đều ăn mặc lam lũ xấu xí, như thể đang cùng tham gia một vở tuồng. Họ tránh không nhìn chúng tôi. Họ không phải hàng xóm hay người quen biết nữa. Vẫn là nhà của tôi chăng? Chung quanh nhà đã được gắn nhiều con mắt lạ để hoài nghi theo dõi. Những con mắt dò chừng bố mẹ tôi viết kiểm thảo mỗi tối. Những con mắt tra xét xem tôi có trung thành với những điều tôi nói. Những con mắt đang truy nã cậu tôi. Những con mắt đang lùng quét ký ức chúng tôi.

Vì chúng tôi không chấp nhận cuộc sống trên mảnh đất này, vì đây không phải chỗ của chúng tôi, nên tương lai hầu như dừng lại. Hay tương lai đã bỏ ra đi - về phía có Hương. Hương trong mơ vẫn biết hết những gì đang xảy ra ở đây, xảy ra cho tôi. Nhưng tôi không biết gì về cuộc sống của Hương nữa dù vẫn thấy Hương về. Những giấc mơ ngày càng ngọt ngào hơn, gần gũi âu yếm hơn, khiến tôi lo sợ hơn. Tôi bắt đầu nghi ngờ những giấc mơ đẹp. Đó chỉ là ẩn dụ, là dấu chỉ mù mờ. Một cuốn sách giải mộng (thứ sách vớ vẩn mà tôi vẫn coi thường) đã nói: "Định luật của giấc mơ là đảo ngược. Mọi sự hoán vị lẫn nhau. Yêu là ghét, nhớ là quên, sống là chết, xa là gần, phước là họa. Nằm mơ thấy cháy nhà là phát lộc. Nằm mơ thấy giết người là được cứu. Nằm mơ thấy ôm ấp là chia lìa. Nằm mơ thấy ăn nằm là muôn đời cách biệt."

Tôi rùng mình khi đọc đến đó. Tôi không tin, nhưng tôi sẽ ráng để đừng ăn nằm với

Hương trong giấc ngủ.

&

Bà tôi chết một tháng sau đó. Người ngoài tưởng vì ung thư. Thật ra bà tự tử. Tôi được chứng kiến giây phút đó. Một cách đi nhẹ và sang làm tôi cảm động ứa nước mắt. Đi ra khỏi cuộc đời như thế là đẹp nhất. Đi như buổi sáng lẫn vào trong buổi chiều. Rồi thoắt cái bóng biến tan.

Cánh tay ung thối ngâm phóc-môn (vẫn để đầu giường) bây giờ được chôn theo với bà. Bà nằm trên giường gỗ quý - mang từ Bắc vào Nam bằng tàu thủy 20 năm trước, mặc áo liệm bằng gấm trắng. Bà có đủ cả hai tay, một tay dài một tay ngắn.

Bà tôi chết được hai tuần thì cộng sản đến bắt ông Lê đi. Lần đầu tiên ấy sẽ kéo dài 8 năm. Ông sẽ ngồi tù 3 lần tổng cộng 16 năm trong 18 năm dưới chế độ cộng sản. Chuyện xảy ra chớp nhoáng và cách họ hành xử cũng rất kỳ bí. Họ khoảng mười mấy người, đeo AK, đến lúc giữa khuya. Họ ra lệnh cho tất cả chúng tôi quỳ. Không ai quỳ cả. Bố tôi hỏi: "Quỳ để làm gì?" Họ nói: "Quỳ xuống để nghe cáo trạng." Ông

Lê cười nhăn răng nhìn chúng tôi, làm dấu hiệu không rõ là khuyến khích hay ngăn cản. Bố tôi nói: "Đứng chúng tôi vẫn nghe được." Họ bắt chúng tôi đứng hàng dọc, úp mặt vào tường. Họ đọc một bản cáo trạng và dí súng vào đầu ông Lê. Tôi cứ tưởng đọc xong họ sẽ nổ súng và óc ông Lê sẽ bắn ra tung tóe. Nhưng không. Họ chỉ bịt mắt ông lại, trói vào ghế, rồi lục lọi khắp nhà. Lúc tra hỏi họ hay đập báng súng vào đầu gối ông Lê như thể chỗ đó là miệng của ông. Tất cả những giấy tờ quan trọng, hồ sơ và bản thảo đều bị tịch thu. Tất cả những bút tích và tài liệu của gia đình cũng bị họ lấy đi.

&

Cô Hồng Trang đang tìm cách vượt biên. Cô đến gặp mẹ tôi, hai người nói chuyện rất lâu trong phòng. Lúc về cô vuốt tóc tôi, Thơ Thơ ơi cô đi đây! Bàn tay cô mềm, nước da trắng muốt. Cô có nốt ruồi nhỏ ngay sát môi. Cô khả ái lắm. Cái tên Hồng Trang thật hợp với cô. Cô ăn nói dịu dàng. Nhưng mắt cô vẫn long lanh cương quyết. Ngày tôi còn bé hay được đến nhà cô chơi với thỏ. Những con thỏ lông trắng mắt hồng, hiền lành như chủ. Sau này mỗi lần thấy thỏ tôi lại nhớ đến cô.

Mấy hôm sau tôi nằm mơ thấy cô mặc áo nâu đến ngồi ở đầu giường. Tay cô cứng và lạnh, mặt cô tím bầm. Trong màu sắc u ám của giấc mơ thiếu ánh sáng, tôi nhận ra nốt ruồi nhỏ sát môi khi cô hé miệng cười.

Tôi thức dậy. Toát mồ hôi. Người cứng đơ. Hồn vía tôi chạy rượt qua những cánh đồng âm u của tiềm thức chưa kịp nhập lại vào thân. Tôi vẫn còn cảm giác vừa cầm một bàn tay lạnh ngắt. Tôi gượng dậy đi tiểu, uống liền ba viên thuốc ngủ để nằm mơ tiếp. Cô Hồng Trang lại về, nhưng lần này có một vết nứt giữa hai giấc mơ. Hương cũng xuất hiện. Hương cố chen vào đứng giữa cô Hồng Trang và tôi. Tôi nói hãy để tôi đứng giữa, vì Hương và cô không quen biết nhau. Hương dằng tôi ra, tàn bạo, rồi hôn nghiến lên môi – bằng cái hôn đó khiến người tôi rũ liệt. Cô Hồng Trang vẫn rất dịu dàng, bảo cô đứng đâu thì cũng vậy, nhưng cô đứng giữa thì hợp lý nhất vì một lý do không thể nói ra.

Trong suốt giấc mơ dài của ba viên thuốc ngủ, cô Hồng Trang và Hương cứ đôi co mãi về vị trí của ba người. Còn tôi thì đã bị cái hôn làm cho tê dại mất hết khả năng kháng cự.

&

Mẹ tôi khóc. Mẹ tôi đã nhường phần thuốc của mẹ cho cô Hồng Trang. Chuyến đi đó bị "gài," mục đích để lấy vàng và tịch thu nhà. Họ lùa những người đàn bà ra một góc cạnh nhà vệ sinh xã để khám xét riêng. Cô Hồng Trang chưa đến lượt bị khám. Cô dặn đừng ai khai tông tích để gia đình cô khỏi liên lụy. Cô đi vào nhà cầu. Lúc cô đi ra, miệng xùi bọt mép, dãy một cái rồi chết ngay lập tức. Trong nhà cầu toàn giấy đô la xanh xé vụn. Xác cô quấn trong chiếu mỏng, chôn nông ở bờ ruộng, gần bãi bắt người.

Lúc chết cô mặc áo bà ba nâu.

Bà tôi dặn: "Thuốc này cực mạnh. Thuốc càng mạnh mùi hạnh nhân càng đắng. Còn đau đớn không thì lúc ấy khắc biết. Không cần thiết thì không dùng."

Cô Hồng Trang nói: "Cái đau qua rất nhanh. Nhưng chết thì lâu. Đừng cho bố mẹ cô biết. Nói với các cụ là cô đi thoát rồi. Lấy hình cũ của cô ghép vào hình gia đình bên Úc rồi gửi về cho các cụ xem. Mỗi tháng nói em cô viết một lá thư gửi về thăm nhà. Chữ nó viết nghiêng, nhỏ hơn một chút là thành chữ cô."

Trong mười năm trời người nhà làm đúng theo lời trối (sau khi chết) của cô. Những tấm hình gửi về nhà bao giờ cũng có Hồng Trang tươi cười đứng giữa nhiều người. Ai cũng già đi, chỉ có Hồng Trang là vẫn thế.

&

Sau vụ bắt bớ và những cái chết kể trên, mọi thứ trở lại bình thường - bình thường đến độ chẳng còn gì đáng kể. Những người chết đã làm xong việc của họ, là chết.

Còn chúng tôi – những người sống - thì đã được miễn nhiễm khỏi mọi đau khổ.

Chúng tôi chỉ bận tâm vài điều lặt vặt, như khi nào sẽ uống cyanide? Số thuốc còn lại sau khi chia cho cô Hồng Trang liệu có đủ không? Thuốc để lâu có sợ quá "đát" không? (điều này rất đáng ngại, đáng ngại hơn cái chết nên chúng tôi nhất quyết không để nó xảy ra). Một người bạn thân của ông Lê – ông Minh - cũng uống thuốc độc, nhưng thuốc loãng quá nên chỉ lăn lộn đau đớn mà không chết được. Vì bà tôi đã dặn: "Không cần thiết thì không dùng," nên trong mọi tình huống tôi đều tự hỏi: Có cần thiết không? Đã đến lúc chưa? Đâu là giới hạn?

Đáng lẽ tôi không nên đặt câu hỏi về giới hạn. Vì giới hạn của con người là một thứ hoàn toàn co giãn.

Những giấc mơ về Hương không rõ ràng nữa, dù qua đó tôi biết Hương vẫn còn sống và thỉnh thoảng còn nhớ đến tôi. Nếu Hương vẫn đang theo dõi những giấc mơ của tôi thì Hương sẽ biết tôi đang hoài nghi chúng. Hoài nghi sự xác thực của chúng. Những giấc mơ chỉ mang ý nghĩa nếu chúng có gốc rễ bám vào đời sống. Còn những giấc mơ này (như chúng tôi hôn nhau, rất nhiều đêm như vậy, và lần hôn nào cũng đê mê đắm đuối) thì gốc rễ ở đâu ra? Những lần hôn mê mệt ấy lại dẫn đến những chuyện khác giữa hai cơ thể khiến người tôi bóng bừng rạo rực mỗi lần nhớ lại. Luôn luôn là những câu nói bâng quơ không rõ nghĩa, một tình huống vẩn vơ, rồi bất chợt chúng tôi ngả vào người nhau như thể tình cờ. Có lần tôi thức giấc thấy bụng dưới mình âm ỉ, rồi vỡ tung, rồi cuộn thắt từng cơn ràn rụa. Chẳng lẽ da thịt tôi có thể khao khát đến thế, đến mức tự mình co bóp trong mơ? Tôi mới lớn. Tôi không biết gọi tên nó, chỉ biết nín lặng tận hưởng một cảm giác điếng ngất, vừa sung sướng vừa tội lỗi. Càng tội lỗi lại càng thêm sướng.

Hương không tỏ vẻ gì là biết cả. Một là Hương giả vờ. Hai là những giấc mơ của tôi hoàn toàn vô giá trị. Từ trước đến nay. Vì chúng tôi chưa bao giờ yêu nhau.

Và có lẽ không bao giờ nữa.

&

Khi công an Phường 27 đòi chúng tôi lên làm việc và đưa lệnh tịch thu nhà, lý do họ đưa ra rất dễ hiểu. Đúng như chúng tôi tiên đoán và chờ đợi. Họ có đầy đủ hồ sơ của chúng tôi. Họ còn viết thêm cho chúng tôi một hồ sơ mới. Một công trình hoàn tất tỉ mỉ, chi tiết, công phu, tuy hơi phóng đại. Chúng tôi chấp nhận ngay và chẳng buồn tranh cãi. Trên đường từ trụ sở Ủy Ban Nhân Dân về, tôi còn nhớ người ta đang mua thịt quanh một cửa hàng quốc doanh. Lúc đó là cuối tháng, và những con người thiếu ăn đang thèm thịt heo khủng khiếp. Họ xếp hàng vòng vèo từ mé hông chợ Thanh Đa, vòng qua lô E, chạy dọc xuống lô A, ra ngoài đường cái. Mỗi người một cuốn sổ thịt trong tay. Họ mệt mỏi và nhẫn nhục, chán chường và hy vọng, đứng giữa nắng trưa chói gắt chờ mua khẩu phần nửa ký thịt mỡ một tháng. Tôi nhìn những đống xương cao ngất và thịt vụn. Tôi nhìn những con ruồi đen nhánh bay quần quanh những tảng ruột bầy nhầy. Tôi nhìn những con người giống tôi, và tôi buồn khôn tả. Đột nhiên tôi hiểu ra mình đã khác: tôi không thèm thịt nữa, đã từ lâu.

Chúng tôi còn hai ngày nữa trong căn nhà này. Nhà sẽ niêm phong, đồ đạc sẽ có công an thành phố tiếp quản. Chúng tôi được quyền mang theo người một ít quần áo. Y hệt như hồi bỏ nhà đi di tản, bỏ lại tất cả, chỉ mang theo một túi cá nhân. Nhưng lần này mọi sự chu đáo hơn, họ sẽ lo phương tiện di chuyển và sẽ đưa chúng tôi đến vùng kinh tế mới. Họ không bỏ rơi chúng tôi như người Mỹ.

Căn nhà nhìn xuống dòng sông và cầu Kinh sẽ làm nhân chứng cho sự hiện diện của chúng tôi. Buổi trưa hôm đó tôi cầm lọ thuốc trong tay, mở nắp ra và hít nhẹ một thứ mùi hạnh nhân đăng đắng. Dung dịch sóng sánh như nước nhưng tỷ trọng nặng gấp trăm lần nước. Như thể một biển sâu đã nén hết vào đây. Óc tôi choáng váng với ý nghĩ mình đã nhiễm độc từ lâu. Cyanide không cần đi đường máu. Cyanide ngấm thẳng vào đầu. Bây giờ chẳng ai làm gì được tôi nữa. Cuộc sống tôi đã được bảo chứng bằng một lối thoát an toàn nhất.

Trong những giây phút ấy tôi nghĩ đến Hương, và ba mươi năm nữa. Lời hứa giữa chúng tôi. Tương lai đi theo đường thẳng - và có thể rút ngắn bằng mơ?

Tôi chịu thua.

Chẳng cách nào thu hẹp đường đến tương lai cả, vì tương lai không trừu tượng. Tương lai cụ thể, đo đếm được, như là không gian và khoảng cách. Khoảng cách của đất và biển địa cầu tôi phải đi bằng chính thân xác mình. Tôi đi chừng nào cho tới? Tôi sẽ đi thuyền, tôi sẽ đi bộ, tôi sẽ nghỉ trong tù, tôi sẽ chuộc tiền để được thả ra và lại đi tiếp tục? Tôi sẽ phải tốn ba mươi năm nữa để đuổi kịp Hương chăng? Tôi sẽ không bao giờ làm được điều ấy. Ba mươi năm đủ để một đứa bé lớn lên, thành người, rồi chết đi mà không cần đến chiến tranh bom đạn. Ba mươi năm đủ để xoá sổ một cuộc đời. Ba mươi năm mất đi là mất mãi.

&

Hương ôm riết tôi trong tay, không chịu buông ra, làm tôi cảm động xiêu lòng. Chúng tôi vừa yêu nhau xong, mệt mỏi, tự nhiên, chẳng

băn khoăn gì. Cơn tuyệt sướng đang tràn trề
khắp người. Mỗi mạch máu tôi chảy một dòng
sông đầy khoái cảm. Người tôi căng tràn nước
óc ách. Những chuyển động nước chạy luồn
dưới da và rung rẩy liên miên. Tôi nhắm nghiền
mắt, mê mệt, không buồn tỉnh dậy nữa. Chưa
bao giờ tôi ngủ ngon như thế. Ngủ như chưa hề
ngủ suốt một đời.

Hương ôm tôi, lay tôi thức lại. Hương lắc
lắc, như tôi là một con búp bê bằng vải mềm oặt.
Hương nói hãy cố mà sống, đừng tuyệt vọng.
Một ngày nào đó tất cả sẽ đảo ngược như hiện
tại đang đảo ngược. Ba mươi năm nữa thôi. Cô
Hồng Trang mặc bà ba nâu đi ra từ giấc mơ đã
cũ và đứng một góc tối nhìn tôi. Một tấm màn
đen không biết từ đâu rũ xuống rồi người cô
mỏng tang dính lơ lửng vào màn. Cô đứng gần
mà cái nhìn xa vời vợi. Trong hôn mê tôi nhớ
lại giấc mộng của ba viên thuốc ngủ. Hôm ấy
không phải tôi đã uống ba viên liền một lúc.
Thật sự tôi uống làm ba lần cách quãng, mỗi lần
gà gáy đổi canh.

Viên thuốc đầu tiên rơi vào canh một, lúc
Hương ôm tôi, kéo lê thân tôi qua lục địa Mỹ
Quốc. Từ Virginia chúng tôi vượt trên những
dãy nhà chọc trời, băng qua tuyết trắng, băng

qua ngũ hồ, băng qua sa mạc, đến biển thì dừng lại. Hương đứng ở khu Santa Ana chỉ cho tôi thấy vùng phi-cộng-sản, cho tôi thấy ngọn lửa đêm hắt lên bóng cờ vàng nơi tượng-đài Việt-Mỹ có những linh hồn đang đứng gác. Sẽ còn nhiều tượng đài khác chung phần cho nhiều cái chết khác. Không có gì vô nghĩa bằng. Hương nhún vai nói vậy. Ba mươi năm nữa cái chết cô Hồng Trang sẽ trở thành vô nghĩa.

Cô Hồng Trang nói: Tôi đã chết lâu lắm rồi, chết từ hai thế kỷ trước trở lên. Năm ấy người ta đã vứt tôi ở ngã tư đường vì tôi không xứng đáng nằm trong một nghĩa trang nào cả. Suốt dọc đường từ phương đông sang phương tây, dọc đường thỉnh kinh, dọc hành trình tìm đất hứa... tôi đã mang một linh hồn hư mất. Họ đổ đá lên xác tôi. Họ đóng cọc vào tim tôi. Họ không cho thiên đàng lẫn luân hồi. Mắt cô rực sáng, phẫn khích long lanh như một thiên thần. Họ đã đưa linh hồn tôi ra tòa án xử tội, đã khắc trên mộ chí tôi những lời răn dọa người đời. Nhưng bây giờ năm 1823 đã qua rồi. Nên tôi vô tội. (tôi hỏi năm 1823 có nghĩa gì, cô Hồng Trang nói năm đó người ta hủy bỏ luật ném xác ngoài đường và xử tội linh hồn, những ai học văn chương văn minh Anh đều biết). Cô Hồng

Trang bắt đầu khóc, tóc cô xõa xượi dính đầy nước mưa và đất. Nhưng cái chết tôi không vô nghĩa. Cô ngửng lên nói với Hương. Tương lai không có quyền thay đổi một cái chết trong quá khứ. Mọi giá trị sẽ thay đổi. Nhưng giá của cái chết thì không.

Đêm ấy tôi còn phải thức dậy thêm hai lần để uống thuốc và ngủ tiếp. Thường giấc mơ xảy ra vào canh ba sẽ linh ứng, xảy ra vào canh tư sẽ vô nghĩa. Tôi không rõ giấc mơ này rơi vào canh mấy. Nhưng tôi thấy:

Hương vuốt mắt tôi. Vuốt dọc xuống môi. Vuốt trôi xuống họng. Tay Hương thọc sâu vào bụng, khua lùa trong ruột bây giờ trương phình ra mênh mông. Mênh mông. Bàn tay Hương gầy, ngón dài - những ngón mơn man làm tôi cực kỳ khoái lạc trong cơn mê sảng. Hương nói tự tử là tự giết mình. Hương nói không thể nào tự giết mình được, như ông Minh đó, chỉ lăn lộn đau đớn mà có chết nổi đâu. Tôi chỉ cho Hương những định nghĩa khác nhau. Tự tử không phải tự giết mình. Đó chỉ là định nghĩa đơn giản nhất và lừa dối nhất.

Lại một vết nứt giữa những giấc mơ. Cô Hồng Trang đến gần, ngồi xuống cạnh tôi. Chiếc áo bà ba nâu đã phủi sạch đất bùn. Ba người chúng tôi cùng ngồi, làm chung một bài thơ về tự tử. Những gì chúng tôi cùng đồng ý thì tôi viết xuống đây:

Không có gì nên thơ và bí ẩn bằng tự tử

Cũng chẳng có gì tự do hơn nó

Không sự yên lặng nào vang dội u uất hơn nó.

Không có ngôn từ nào kéo dài hơn nó

Vì nó là lời cuối

Nó không biết tha thứ nên vô cùng ích kỷ

Vì nó là vũ khí có khi là chính trị

Có khi là đầu hàng có khi là khinh bỉ

Nó vừa là anh hùng vừa là sự điên khùng...

Làm đến đây chúng tôi ôm nhau cười như điên loạn. Nguyễn Hương nói tự tử, cũng như nằm mơ là cử chỉ của hy vọng vào những điều chưa biết. Nó còn là dấu thánh đóng lên mình những linh hồn miễn nhiễm đời đời. Bài thơ tạm để dang dở, như mọi giấc mơ. Vì chẳng có định nghĩa nào đầy đủ. Vì tự tử là đủ thứ khác nhau, mỗi người nhìn một cách khác nhau, khó hiểu như đời sống.

Cô Hồng Trang nói chừng nào viết xong mình sẽ đặt ở tượng đài. Vì những người chết trận cũng đã tự tử mà vô tình không biết. Nhưng chẳng có gì gấp cả, chúng mình còn những ba mươi năm để đi đến đó. Mộ của chúng mình tùy thuộc ở tương lai.

tặng cô Ngô thị Hồng Trang
và cám ơn Nguyễn Hương

California, tháng 2-2005

Lịch Sử Nhìn Từ Âm Bản

Hàng năm cứ vào tháng tư, lúc cơn gió Hạ Lào khắc nghiệt xoáy về thành phố, những đám mây màu da cam lại bắt đầu phát sáng trên không, ký ức của tôi lại bừng sống dậy với những hình ảnh của một cuộc chiến không thể nào tàn. [1]

30 tháng 4 năm 1975 là ngày miền Nam tiếp thu miền Bắc. Xe tăng Việt Nam Cộng Hòa đi từ năm cửa ô tiến vào đường Thanh Niên. Dân chúng đứng hai bên đường cầm cờ vàng ba sọc đỏ vẫy chào. Gió lùa lên từ hai phía hồ Tây và hồ Trúc Bạch phe phẩy những giải khăn tang trắng cột trước nòng đại bác. Những người lính thuộc nhiều binh chủng đều bị trọng thương, nhưng họ vẫn đứng nghiêm trong tư thế trình diện nhân dân Hà Nội. Xe tăng đi ngang Văn Miếu, vòng quanh chùa Một Cột rồi chuyển hướng tiến về phía quảng trường Ba Đình. Buổi trưa, tiếng xích sắt chiến xa nghiến rát bỏng trên mặt đường tráng nhựa.

Cả thế giới bàng hoàng chứng kiến lịch sử trên những màn ảnh TV đen trắng. Ngày tàn của cuộc chiến. Cộng sản đã quy hàng. Nước Mỹ ngạc nhiên đến câm lặng và Kissinger buột mồm chửi Fuck! Tiếng chửi đã được đài BBC thu lại, được cả tỷ lỗ tai loài người thu lại. Sau này ông ta đã viết khá nhiều cuốn sách để bôi xóa nó đi.

Ký ức của một người bị bắn vào đầu sẽ có nhiều sai lệch.

Những gì tôi nhớ được đến ngày hôm nay, là do tôi cất giữ ở trong đầu. Nếu họ đập đầu tôi lúc đó, họ sẽ nhìn thấy…

Xe tăng tiến từ từ đến quảng trường Ba Đình trong tiếng hô hào vang dội, rồi xe quay về phía lăng Hồ Chí Minh. Nhưng xe tăng không ủi xập tường, không phá hủy lăng như người ta tưởng. Quân đội miền Nam giữ đúng tư cách, họ giải giới vũ khí trong tinh thần nhân bản. Xe tăng ngừng giữa những hàng cây. Gió tháng tư hiu hiu ngọt mùi hoa sữa. Những ủy viên trung ương đảng cộng sản đang đứng dưới cột cờ. Họ đã bỏ quần áo đại cán thay trang phục thường dân. Họ gỡ lá cờ đỏ sao vàng xuống. Những người lính miền Nam lặng lẽ làm nhân chứng. Cuộc hạ kỳ nào cũng làm chúng ta bùi ngùi, dù lá cờ thuộc về phe nghịch. Đây là lúc gấp lại quá khứ như thể quá khứ chỉ là một mảnh vải hình chữ nhật, một mảnh vải che vừa vặn chiếc quan tài.

Đầu những người lính miền Nam vẫn còn quấn băng che lỗ đạn bắn vào màng tang hôm trước. Dáng họ lảo đảo. Có thể thấy máu vẫn còn chảy bên dưới mớ tóc dính bệt trán, bên dưới thái dương…

Ký ức tôi rất nhạy với mùi máu. Máu vẫn còn rỉ trong đất dù những xác chết đã ngưng thở. Chín cái xác người vẫn còn nằm đó, đại tá Đặng Sĩ Vinh và vợ con, mỗi người một viên đạn ghim giữa sọ. Những lá cờ vàng ba sọc đỏ đang che phủ thi thể và xác chết trở thành biểu tượng bình lặng nhất của cuộc chiến.[2] Nhưng mùi máu vẫn đi xuyên qua vải, xộc lên mũi, lạnh óc. Mà máu đâu chỉ là máu thôi? Máu còn là nước rửa tội. Có những tội lỗi chỉ rửa sạch được bằng máu này. Sự phản bội chẳng hạn. Cho nên chúng tôi cần nhiều máu lắm, để lau chùi sự phản bội của một tập thể, của những hiệp ước, của trước và sau chiến tranh, của một vị tướng ngang tàng đến đứa con cầu tự[3]. Sự phản bội không thuộc riêng ai, nó như thuộc tính của con người.

Vậy là cuộc giải giới đã hoàn thành trong tình huynh đệ. Họ đã bắt tay nhau. Người chiến thắng đã đưa tay ra trước. Tấm hình người bộ đội và lính biệt động đứng cạnh nhau đã xuất hiện trên trang nhất của các nhật báo toàn cầu. Báo Times còn tiết lộ họ chính là anh em ruột (nguồn tin lấy từ tờ Chính Luận – Sài Gòn).

Trong buổi lễ bàn giao ở trụ sở Trung Ương Đảng Hà Nội, người chiến thắng đã nói:

"Trong chiến tranh, chúng ta dù theo đuổi những lý tưởng khác nhau, đều đã hành xử như những người lính can trường. Nỗ lực này cần phải được ghi nhận từ mọi phía. Con cháu chúng ta khi học lịch sử Việt Nam sẽ không khen người thắng không chê kẻ bại, nhưng sẽ ghi nhận sự can trường hay hèn nhát của những người tham chiến [4].

Chúng tôi sẽ không bắt giam những người

cách mạng. Bộ đội không phải đi học tập cải tạo, không phải lao động khổ sai. Ngay cả đảng viên cũng vậy. Chúng tôi sẽ không xử tử chủ tịch nước, không đấu tố tổng bí thư, không chôn sống bộ chính trị. Những nhà tù sẽ phải phá đi. Ba mươi năm qua chúng ta đã chơi một trò chơi điên rồ, và cám ơn Trời Phật, trò chơi đã chấm dứt."

Ký ức tôi vẫn chơi trò nhìn từ âm bản, nhìn bóng tối thành ánh sáng, nhìn trắng thành đen, nhìn cỏ xanh thấy ra máu đỏ.

Tôi đang xoay chiều lịch sử trong thế giới của riêng mình, lịch sử của những người đã chết. Đó là một lịch sử rất hiền, hiền như bài luận văn ngày khai trường của tuổi thơ Nam bộ. Bài luận văn được nắn nót viết bằng mực tím.

Nhưng lịch sử không viết bằng mực tím.

Dưới chân tượng người lính Thủy Quân Lục Chiến, những giọt máu cuối cùng của Nguyễn Văn Long đang trút xuống để viết lên lịch sử. Máu tuôn ồng ộc trên những bậc thang. Máu rút qua khe cỏ thấm giữa lòng đá, máu trở về đất và nằm mãi nơi đó. Pho tượng lính đã bị kéo xập. Gạch vụn đổ lên xác người thiếu tá. Mỗi người có cách viết lịch sử riêng của họ. Người ta đã bôi xóa nhiều thứ khỏi thực tại nhưng vẫn còn ký ức là vùng bất khả xâm phạm. Bạn tôi Hồ Ngọc Cẩn đang đứng giữa phiên tòa công cộng. Anh đã dùng đến viên đạn cuối cùng. Đến phiên những người công an chỉa súng và bạn tôi trở thành tên phản động, thành tay sai đế quốc, thành kẻ phản bội nhân dân. Bản án của họ vội vã, lấp liếm, trá ngụy. Họ xử tử ngay giữa chợ. Hồ Ngọc Cẩn nói: "Cho tôi mặc quân phục miền Nam, cho tôi chào lá quốc kỳ lần chót, rồi hãy bắn tôi."

Trong ba điều ước, người cộng sản chỉ cho anh điều cuối.

Những anh hùng liệt sĩ hai miền đang gượng dậy từ cuộc mất máu. Lê Anh Tuấn không nhặt khẩu colt .45 văng giữa lòng thuyền. Lê Văn Hưng nhét súng lục dưới nệm và bỏ quên ở đó. Lê Nguyên Vỹ bước tới tương lai, khẩu súng để lại dưới cột cờ của tổng hành dinh doanh trại[5]. Vũ khí không còn hữu dụng nữa. Họ cùng Phạm Văn Phú, Trần Văn Hai và Nguyễn Khoa Nam đang chỉ huy đoàn xe tăng đi ngược đường Trường Sơn, theo Quốc Lộ 1 băng qua những vùng chiến thuật. Khắp nơi mặt đất nở hoa huệ trắng. Chỉ có mùi huệ tinh khiết mới át nổi mùi tử khí còn tươi rói rói.

Ra đến Bắc, đoàn xe tăng biến thành xe tải đi

khắp thành phố làng mạc. Những chiếc xe tải mang gạo, mang nhu yếu phẩm, mang thuốc men, mang sách vở từ trong Nam ra phân phát cho dân miền Bắc.

Dân chúng ùa ra đường ăn mừng hòa bình. Những người con bộ đội đã trở về. Lưu Quang Vũ ngồi viết những bài thơ khác, trên sân khấu của anh là những vở kịch khác và một định mệnh khác ngoài đời. Dương Thu Hương nếu có khóc cũng sẽ là những giọt nước mắt khác, trên những vỉa hè khác, cho những thân phận khác. Truyền hình trên thế giới nhận định: "Đây mới là đổi đời thật sự. Người miền Bắc ăn mừng sự phá sản của chế độ tem phiếu và hộ khẩu. Họ ăn mừng ngày tàn của chế độ cộng sản. Từ nay trở đi, chuyện đấu tranh giai cấp chỉ là một khái niệm gớm ghiếc. Những từ ngữ ghê rợn như tịch thu nhà, đánh tư sản, kiểm kê, kinh tế mới… chỉ là những giải nghĩa lỗi thời trong tự điển. Cơn ác mộng của miền Bắc ba mươi năm 'kháng chiến chống Mỹ' đã qua đi."

Cơn ác mộng sẽ qua đi nếu chúng ta bám cứng vào cuộc sống? Buổi chiều trên dốc Thiên Thu, những vong linh ở nghĩa trang Quân Đội bay chập chờn lên đỉnh núi Châu Thới, những vong linh nhìn về trời và hát vu vơ:

"Chiều lên trên đồi cao, hát trên những xác người, tôi đã thấy tôi đã thấy…"

Trên cuộc đời, những hiện thực này không phủ nhận nhau. Những hiện thực của âm và dương không triệt tiêu nhau. Chúng cùng tồn tại.

Ủy ban quân quản miền Nam quyết định lưu giữ tất cả những di tích văn hóa lịch sử dựng lên từ thời cộng sản. Họ cũng quyết định không đốt sách, dù là sách tuyên truyền, dù là nghệ thuật minh họa. Tượng Lê-nin đứng gác công viên Hà Nội cũng để nguyên. Những bài ca từ thời hồng và chuyên cũng vậy. Âm nhạc sẽ đi qua cánh đồng thời gian không biên giới. Tiến Quân Ca vẫn cứ là niềm tự hào của nhiều thế hệ từng tham gia kháng chiến.

Ký ức tôi rất dễ bị tổn thương với những bài ca. Những ca khúc có khả năng chứa đựng ký ức giúp con người. Những lời ca vẫn làm tôi phải khóc như một đứa bé thơ: *Này công dân ơi đứng lên đáp lời sông núi, đồng lòng cùng đi hy sinh tiếc gì thân sống…* Bài hát đầu tiên trong đời sẽ là bài ca cuối cùng cưỡng chống lại quá trình tẩy xóa của quyền lực trên trí nhớ. Một nguyên tắc mặc nhiên đã ngấm vào ý thức: *Dù cho thây phơi trên gươm giáo, thù nước lấy máu đào đem báo… Công dân ơi mau hiến thân dưới cờ…*

Bài ca này anh em chúng tôi sẽ hát trước giờ cố thủ, trước khi kề súng sát màng tang.

Họ đã thành công trong việc cố thủ Cần Thơ, đã giữ được quân khu 4 và bảo toàn tỉnh Chương Thiện. Đoàn xe khởi hành đúng ngày 30 tháng 4. Theo hoạch định, họ sẽ đến Hà Nội kịp thời để dự đám tang tập thể trên phố Khâm Thiên. Phát tang vào đúng giờ thả bom, cả khu phố khoác áo xô gai để trở. Cả trăm cỗ quan tài đặt tạm trên nền hố bom, gạch vỡ. Nến chảy leo lét giữa những căn hộ không mái không tường.

Mùi hương nặng mà vẫn không át nổi mùi tử thi trong trận dội bom B-52 hôm trước. Sáu giờ chiều là lúc cửa âm mở, là lúc những vong linh nhập vào làn khói đang bốc lên uể oải để hiện nguyên hình dạng. Khói hương lẩn khuất đọng giữa lối đi trên phố, không tan.

Đám tang xong, những người lính sẽ quay về Huế thăm nấm mồ tập thể từ sau cuộc thảm sát Mậu Thân. Đoàn xe của họ sẽ lại băng ngang vĩ tuyến 17, nhiều lần như vậy, ranh giới ấy bây giờ chỉ còn là một đường nứt đã phai mờ.

Đầu tôi mang một vết nứt rất tình cờ. Chính vết nứt đã làm mọi thứ không thể khít khao ăn khớp với nhau được nữa. Vết nứt là một biên giới trũng sâu đầy ma ảo. Chúng tôi đã vượt qua biên giới. Đất nước trải rộng trước mắt chúng tôi như cuốn phim chiếu lên màn trời: Đoàn xe băng ngang những giao thông hào, những đồi kẽm gai, những bãi mìn xương trắng. Những nấm mồ hoang quanh trại cải tạo. Những xác người phình trương sóng tấp vào bờ. Những căn nhà xiêu dột chỉ còn mẹ già nói chuyện với con trên bàn thờ liệt sĩ.

Chúng tôi đi ròng rã nhiều năm, vẫn đang đi tới, đi không ngừng nghỉ. Chúng tôi đi theo dấu máu chảy và máu chúng tôi vẫn đổ ra không thể nào cầm. Máu của chúng tôi phải dư thừa, phải sung mãn, phải đủ để chia đều cho lương tâm thắng trận và danh dự của miền Nam bại trận.

Chú thích:

[1] Phỏng theo câu mở đầu trong bài văn Ngày Tựu Trường của Thanh Tịnh: "Hàng năm cứ vào cuối thu, lá ngoài đường rụng nhiều và trên không có những đám mây bàng bạc…"

[2] Đại tá Đặng Sĩ Vinh cùng vợ và bảy người con cùng tự sát vào ngày 30 tháng 4, 1975 tại nhà riêng.

[3] Thiếu tướng Nguyễn Cao Kỳ, tác giả cuốn hồi ký Con Cầu Tự, đã quay về định cư ở Việt nam.

[4] Dựa theo nhận định của Phó Đề Đốc Hồ Văn Kỳ Thoại trong cuốn hồi ký Can Trường Trong Chiến Bại.

[5] Thiếu tá Hải Quân Lê Anh Tuấn sau lệnh bỏ súng của tổng thống

Dương Văn Minh vẫn hiên ngang chỉ huy đoàn chiến đỉnh về Bến Lức. Khi bị chận đêm 30 tháng 4, 1975, không còn lối thoát, thiếu tá Tuấn tự sát bằng Colt 45 chứ không chịu đầu hàng (theo Hồ Văn Kỳ Thoại). Tướng Lê Văn Hưng sau khi tự bắn vào đầu đã dấu súng dưới nệm, vì sợ vợ ông tìm thấy súng sẽ tự vận theo (theo lời kể của bà Phạm Thị Kim Hoàng, vợ tướng Hưng). Tướng Lê Nguyên Vỹ đã tự sát dưới cột cờ tổng hành dinh Bộ Tư Lệnh Sư Đoàn Lai Khê trước sự chứng kiến của binh sĩ.

Ký Ức của Người Loạn Tính

để tưởng nhớ Brandon Teena
và Leticia "Larry" King [1]

Nhật ký của Brandon Teena
Ngày 1 tháng 1, 1993

Teena Brandon chết rồi.

Giờ hãy gọi tôi là Brandon Teena.

Điều tôi sợ nhất là bị hiếp dâm. Không có gì ghê tởm hơn chuyện một đứa con trai bị hiếp qua một cái cửa mình. Tệ hại hơn trần truồng. Rùng rợn hơn cái chết.

Tôi là đứa con trai. Một đứa con trai. Tôi chỉ mặc sơ mi và quần jeans. Tôi đang để dành tiền. Bằng đủ mọi nghề tôi có thể nghĩ ra, ngoài cách rửa chén nhà hàng và đi lau chùi phòng vệ sinh công cộng. Làm những công việc như vầy mà phải lấy băng dính quấn chặt quanh ngực khó chịu kinh khủng. Nhưng tôi cần tiền mua thuốc uống để khỏi có kinh hàng tháng. Nếu có nhiều tiền hơn tôi sẽ đi bác sĩ chích thêm hoóc môn.

Ngày 1 tháng 4, 1993

Hôm qua là mũi chích thứ 10. Tôi sẽ có râu trong khoảng 2 tháng nữa, mình mấy tôi, ngực nách tôi sẽ lông lá rậm rạp như tay vô địch quần vợt Pete Sampras.

Bây giờ giọng của tôi đã từ nốt La trầm xuống một nốt Fà rất thấp.

Da tôi thô nháp hơn.

Đi làm một năm nữa tôi sẽ có đủ tiền để cắt bỏ bộ ngực. Tôi sẽ đi tắm biển, ôi tôi thèm biển biết bao. Brandon sẽ đi tắm biển và không ngại ở trần. Brandon sẽ làm được điều nó muốn, bất kể.

Những đứa con gái nói tôi là thằng bồ lý tưởng. Vì tôi biết làm họ sướng. Chúng đòi nhìn cái ấy của tôi. Tôi nói chưa phải lúc, vì tôi vẫn còn kềm hãm được mình, vì tôi muốn giữ gìn cho họ.

Nhật ký của Leticia

Ngày 1 tháng 1, 2008

Larry King chết rồi. Gọi tôi là Leticia. Tôi muốn thế.

Tôi là Leticia, Okay?

Tôi 15 tuổi. Những đứa con gái trong trường sẽ coi tôi là bạn gái của chúng. Chúng sẽ nói, Leticia thích mặc áo đỏ, bôi môi đỏ, sơn móng tay đỏ. Leticia có đôi giầy cao gót màu đỏ, mũi nhọn, mới mua ở Target. Chúng sẽ nói, Leticia mới highlight tóc. Chúng sẽ nói, Leticia mết Brandon McIrney rồi. Chúng sẽ nói, Brandon McIrney thật nhiều nam tính, hắn chơi bóng chày, hắn trượt sóng ở bãi biển mỗi tuần. Hắn có yêu mày không?

Ngày 15 tháng 1, 2008

Đừng gọi tôi là Larry nữa. Tôi là Leticia mà. Tôi muốn hét to lên cho cả thế giới nghe:

L E T I C I A . . .

OK, tôi không biết sợ. Tôi đã chán chuyện phải giống mọi người. OK tôi sẽ nói hết, tôi sẽ làm hết thảy để cho họ thấy tôi không hề sợ. Tôi là gay, tôi biết mình là gay mà, và tôi đã nói thế từ năm lên 10 tuổi. Tôi đã nói thế, trong trường, với cha mẹ nuôi, với cô giáo, với hiệu trưởng, với giám học, với thế giới, bất kể thế giới ấy là gì. Không ai chơi với tôi, tôi bất kể. Chỉ cô giáo Anh Văn hiểu tôi, cô gọi tôi là Leticia lúc chỉ có hai người. Cô nói tôi phải can đảm, phải can đảm hơn nữa.

Ngày 30 tháng 1, 2008

Tôi phải can đảm bằng sự can đảm của một đứa con trai cộng với sự can đảm của một đứa con gái. Những đứa con trai và những đứa con gái né tôi như tôi mắc một thứ bệnh truyền nhiễm. Tôi cóc cần. Chúng nói những điều xấu xa sau lưng tôi. Tôi cóc cần. Chúng thật may mắn và chúng lấy cái may mắn đó chà đạp tôi. Tôi cóc cần.

Chúng thật may mắn, những đứa con trai con gái đó, vì chúng sinh ra và bằng lòng với cái cơ bản nhất của chúng, trái tim của chúng, tình yêu của chúng. Linh hồn chúng ưa thích thân xác chúng. Chúng thật may mắn, vì vậy chúng không thể tha thứ cho tôi vì tôi kém may mắn hơn chúng.

Cô giáo Anh Văn tặng tôi cái áo đầm nhung xanh của con gái cô. Cô nói, để em mặc đi prom [2]. Tôi thử trong phòng vệ sinh nữ. Vừa y. Cả trường đều thấy, thân thể tôi là thân thể đàn bà. Thân thể Leticia. Da tôi mầu sô cô la, khuôn mặt thuôn, lúm đồng tiền, gò má cao, môi mọng. Như Tyra Banks. Chân tôi dài, dài hơn mọi đứa con gái khác.

Tôi nói với những đứa hay chế diễu tôi: Một ngày nào đó tao sẽ nổi tiếng, chờ mà xem.

Nhật ký của Brandon Teena
Ngày 1 tháng 6, 1993

Lana là người yêu mới của tôi, trong cái thị trấn hẻo lánh, toàn những cái đầu thủ cựu, nhìn mọi thứ như trắng và đen, chỉ có vậy. Nhưng mà Lana thì đẹp và đơn giản. Lana không tò mò về tôi.

Lana hay dẫn tôi đi nhà thờ Evangelical.

Ở đây người ta ác cảm với người đồng tính. Nhưng họ tử tế với tôi. Nhưng mà tôi đâu phải là lesbian. Tôi là con trai như mọi đứa con trai khác. Tôi yêu Lana như một người con trai yêu một cô gái. Lana yêu tôi như nó yêu một người đàn ông. Trước tôi, Lana có cặp bồ với gã John Lotter. Nhưng mà Lana thích tôi hơn. Tôi có thể làm Lana sướng gấp trăm lần gã Lotter kia. Lana nói nàng không thích ngủ với nó nữa.

Trong buổi giảng, Lana nói nhỏ vào lỗ tai làm tôi bị nhột: Họ nói mình kìa.

Ông mục sư khoác áo lễ trắng viền chỉ vàng, tóc ông màu bạch kim chải mượt, ông giở sách kinh Phao-lô ra đọc: "Ấy vì cớ đó mà Đức Chúa Trời đã phó họ cho sự tình dục xấu hổ; vì trong nhóm họ, những người đờn bà đã đổi cách dùng tự nhiên ra cách khác nghịch với tánh tự nhiên."

Tối hôm đó tôi yêu Lana theo cách không tự nhiên của ông Phao-lô.

Lana tươm nước tràn trề dưới ngón tay tôi, môi lưỡi tôi. Tình yêu tôi không làm Lana bị đau, bị trầy trụa, bị chảy máu. Lana cũng chẳng cần phải ngừa bệnh, tránh thai, nạo thai, phá thai gì ráo trọi. Lana không sợ có con ngoài giá thú. Tình yêu tôi dành cho Lana bảo vệ nàng khỏi những thứ này.

Đó là tình yêu không tự nhiên sao?

…

Tôi nói với Lana, tôi yêu nó bằng tình yêu không chút vị kỷ, vì tôi không cần sướng cho mình, tôi chỉ cần nó sướng. Mỗi lần nó sướng nó la lớn tên tôi ôi Brandon ôi Brandon ôi Brandon! Tôi muốn nó sướng để nó kêu Brandon hoài. Nhưng bây giờ mỗi lần yêu Lana, làm Lana sướng, tôi lại nghĩ tới ông Phao-lô. Ông chui vào những lần âu yếm giữa chúng tôi. Cả ông mục sư cũng tìm cách chen vào. Mỗi lần tôi thè lưỡi liếm Lana một cái thì ông mục sư nói to hơn. Ông nói căn bệnh của họ là một di chứng quái gớm. Cơ thể họ mang hai bộ phận sinh dục và cái nào cũng dị dạng. Đó là tội lỗi. Thứ tội lỗi do tình dục ham muốn quá độ hun đốt. Căn bệnh này, tội lỗi này, do con người tạo ra. Không phải Chúa tạo ra.

Nhưng những lời giảng không ngấm vào tôi. Thật ra thì chúng không đổi được hoóc môn tôi. Không thay được chromosome tôi. Không chữa được định mệnh tôi.

Nhật ký của Leticia
Ngày 1 tháng 2, 2008

Tôi mặc áo đầm xanh đi học. Bà hiệu trưởng kêu tôi lên văn phòng. Bà hỏi chuyện cái áo đầm xanh. Bà hỏi tôi đi học mà không trang điểm được không? Tôi nói không. Bà nói tôi nên chơi với những đứa con trai, mặc đồ như con trai, vì tôi là con trai. Tôi nói, tôi biết tôi là ai. Tôi nói, bà không thể dạy tôi rằng tôi là ai. Tôi nhìn thẳng mặt bà, và tôi nhớ lời cô giáo Anh Văn nói, phải can đảm, phải can đảm bằng một đứa con trai cộng với một đứa con gái.

Bà hiệu trưởng nói từ nay tôi không được dùng phòng vệ sinh nữ để thay đồ, hay để đi vệ sinh, hay để rửa tay. Bà nói tôi phải đi phòng vệ sinh nam.

Tôi nói, không bao giờ! Chết thì thôi, tôi không bao giờ bước vào đó. Không bao giờ.

Nhật ký của Brandon Teena

Tôi thấy Leticia Larry King từ xa. Bằng một cách nào đó chúng tôi biết nhau.

Tôi nhìn thấy nó trước khi tôi chết. Còn nó sẽ nghe lời mục sư giảng về tôi nhiều năm sau khi tôi đã chết rồi. Tôi sẽ chết ngày 31 tháng 12 năm 1993 và họ sẽ dùng tôi làm gương răn dạy nó.

Nó đang ngồi băng ghế đầu kê ngay sát cửa nhà thờ. Đôi giày bốt màu hồng nóng. Nó mặc áo chẽn hở ngực. Nó đánh phấn kim tuyến lấp lánh hai gò má. Ai bước vô nhà thờ đều phải đi ngang nó. Lúc ông mục sư bắt đầu bài giảng "Cầu Kinh Diệt Đồng Tính" [3] thì nó đi từ từ lên, tiếng giầy gót nhọn nghiến trên nền đá. Nó đi chậm và trang trọng như thể nó là người cử hành thánh lễ. Cả giáo đường nhìn theo cặp đùi dài màu sô cô la của nó, cái váy ngắn của nó. Nó đến để thử thách họ, thử thách lời cầu nguyện của họ, thử thách Chúa của họ. Nó ngồi ngay hàng ghế đầu, nhìn chăm chăm lên ông mục sư. Ánh mắt nó nóng và dại.

Cả nhà thờ chăm chăm nhìn nó, bị cái khối thịt đa mâu thuẫn của nó hút chặt. Họ nghĩ, nó là cái quái thai trước thiên đàng và địa ngục. Chúa không tạo ra nó. Những người đàn ông và những người đàn bà bình thường giao cấu nhau không thể đẻ ra nó. Nó là một phôi thai thụ tinh từ một người đàn ông gay và một người đàn bà lesbian. Họ nghĩ, nó là một thứ đột biến ghê tởm, như vi trùng. Tự nó cấy vào người nó căn bệnh mà kinh thánh gọi là quái gớm. Là bệnh loạn giới tính.

Nó làm họ không thể tập trung vào bài giảng. Ông mục sư thì ráng không ghé mắt vào khoảng không gian nó đang chiếm hữu. Ông đang cầu xin Chúa đuổi cái bệnh đồng tính đi. Ông nói anh chị em hãy cùng tôi cầu nguyện để cứu vớt họ. Ông la lên "Lời cầu kinh sẽ thắng bệnh đồng tính," thật khẩn thiết. Dường như ông có khóc.

Tôi muốn nói, nếu ông muốn cứu vớt nó, ông phải thấy được linh hồn nó trước, cái linh hồn muốn phơi bày bằng phấn son và đồ lót đàn bà. Ông sẽ phải thấy cả thân xác nó, cái dương vật cứng lên khi nó nhìn ông. Nếu ông mục sư muốn cứu nó, ông phải thấy tất cả bi kịch của nó. Ông không thể chỉ nhắm mắt mà cầu nguyện. Hay là khóc. Con trai không được khóc, nhớ chưa, Ông coi phim *Boys Don't Cry* chưa? (4)

Nhật ký của Leticia
Ngày 5 tháng 2, 2008

Tôi yêu ông mục sư. Dù ông nói tôi mắc bệnh quái gớm. Tôi thích nghe ông giảng đạo. Dù những bài giảng của ông xúc phạm tôi ghê gớm. Tôi vẫn muốn nhìn thấy ông. Tình yêu này khó hiểu đối với tôi. Cũng như tôi yêu Brandon McIrney dù tôi biết nó kinh tởm tình yêu của tôi.

Brandon McIrney là một đứa ngạo mạn theo kiểu cách rất đàn ông. Đàn ông một cách cực điểm. Tôi chỉ yêu những người đàn ông như thế, đàn ông nhất trong nghĩa thế nào là đàn ông. Những người đàn ông thù ghét dân gay. Những người đàn ông ngoài tầm tay.

Nhưng tôi cần tình yêu của họ để trở thành đàn bà. Trên con đường trở thành đàn bà, tôi phải vượt qua tất cả những trở ngại. Tôi phải tìm ra những khí giới cho tôi, ngoài son môi, ngoài áo đầm, ngoài móng tay sơn đỏ. Tôi cần nhiều thứ khác, tôi muốn có ngực to, tôi muốn có âm hộ, tôi muốn có kinh nguyệt, tôi muốn có màng trinh. Tôi muốn một bữa nào đi học, trong giờ thể dục tôi phải chạy một dặm và máu kinh tôi ộc ra thấm đầy quần cho cả trường nhìn thấy.

Ngày 10 tháng 2, 2008

Những đứa con gái đang xôn xao về tháng hai, chúng mong chờ ngày 14 tháng 2, chúng mong chờ một món quà Valentine. Một con gấu bông, một hộp sô cô la, một bông hồng, hay một sự trống rỗng thất vọng. Chúng sống 13 ngày đầu của tháng Hai với những câu hỏi như, tại sao Valentine lại vào tháng Hai, thánh Valentine có thật không hay chỉ là một câu chuyện thêu dệt, ai sẽ là Valentine của mày, nếu nó tặng quà mày có cho nó hôn không, hôn ở đâu, nếu nó không tặng quà mày có cho nó hôn không… Và chúng cười ầm lên.

Chúng hỏi tôi, mày sẽ làm gì, làm gì hở Leticia? Mày có hôn Brandon không?

Tôi nói, tao sẽ hỏi Brandon, will you be my Valentine? Tôi nói, ngày Valentine tao sẽ nằm ngửa trên băng ghế, giờ ăn trưa, và Brandon sẽ nằm đè lên tao, cho cả trường thấy. Chúng ồ lên, thích thú, phản đối, khuyến khích. Chúng đều thích Brandon mà. Tôi biết chúng đang rạo rực. Cơn nứng bất chợt làm má chúng đỏ au. Chúng đang chảy nước. Tôi cũng muốn được chảy nước như vậy, nhưng mà cặc tôi cương nhức.

Ngày 12 tháng 2, 2008

Trưa nay coi phim *Boys Don't Cry* làm tôi khóc. Cái tên Brandon của nó làm tôi khóc. Tất cả những người đàn ông tên Brandon đều có khả năng làm tôi khóc.

Tôi có quyền khóc vì tôi không phải con trai, tôi là một đứa con gái da đen tên Leticia. Tôi xem cuốn phim về một đứa con trai da trắng tên Brandon Teena. Chưa bao giờ có người giống tôi như vậy và khác tôi như vậy. Đứa con trai đó mang thân thể tôi ao ước, và nó thì ao ước thân thể của tôi. Nhưng chúng tôi không đổi linh hồn cho nhau được.

Chúa cũng không làm sao được. Tuy Chúa có mặt ở mọi nơi, ngay chỗ giao tiếp giữa thân thể chúng tôi và linh hồn chúng tôi, nơi đó không có Chúa. Không Có Chúa!

Ngày 13 tháng 2, 2008

Nửa đêm tôi thức dậy và xem lại đoạn phim cuối đời của Brandon Teena.

Đoạn mà nó bị bề hội đồng. Điều mà nó sợ hãi nhất đã xảy ra. Đứa con trai đó cuối cùng đã bị hiếp dâm. Nó bị hãm đúng vào đêm Giáng Sinh. Bọn họ đã tẩy xóa hiện hữu của nó bằng cách lột quần nó trước mặt người tình của nó. Nhìn đi, nhìn đi, Lana, nó là một đứa con gái. Nó không có dương vật. Nó nhồi nhét những chiếc vớ cộm lên để đánh lừa mày và đánh lừa chính nó. Bọn họ bề hội đồng nó, hậu môn lẫn cửa mình, giữa đêm Giáng Sinh trên băng sau chiếc xe. Bọn họ đánh nó, đấm nó, đá nó sau khi trút hết phẫn nộ tình dục vào người nó. Nó không được báo cảnh sát. Nó không có quyền báo cảnh sát. Vì bọn họ bề nó không phải như chúng bề một thân thể giống cái. Cũng chẳng phải chúng thèm khát tình dục với đàn ông. Chúng chỉ muốn rửa sạch một căn bệnh. Nếu chúng bề, chúng đụ, thì hành động bề hay đụ không phải vì khoái lạc, mà vì công lý. Chúng nói có kinh thánh làm chứng, đó là tội lỗi, và tội lỗi phải bị trừng phạt. Đó là ý Chúa.

Nó sinh ra là Teena Brandon và nó không thể chết như Brandon Teena. Mọi sự hoán đổi không giản dị như họ và tên, như nam và nữ, như sạch sẽ và tội lỗi, như Chúa và tôi.

Nhật ký của Brandon Teena

Tôi đứng cách Leticia một khoảng cách mười lăm năm. Tôi thấy nó ngồi khóc vì tôi, lúc này xương tôi đã gần mục, nhưng vết nứt ở sọ vẫn còn, vết dao găm trong ruột vẫn đau xoáy, chỉ có phát súng cuối cùng thì bứt bung, chớp nháng, ngon lành. Chết bằng súng là cái chết hạnh phúc nhất. Nếu có giết người xin giết bằng súng. Đây là lời cầu xin của tôi gửi lại thế giới: cho tôi sống hay giết tôi bằng súng.

Larry sẽ nổi tiếng, như lời nó nói. Người ta đang làm một cuốn phim về nó, như họ đã làm với tôi (và cuốn phim này khiến Lana rất bực bội vì nó miêu tả nàng như hạng Mỹ trắng cặn bã rác rưởi). Chẳng cần dài dòng, chỉ cần gom vài năm trong đời nó, chỉ cần vài ngày cuối đời nó, vào một cuộn băng nhựa chạy chậm trong 2 tiếng, là nó sẽ nổi tiếng ngay. Và tất nhiên cuốn phim phải kết thúc bằng cái chết. Luôn luôn là vậy. Để người ta thấm thía một điều gì, cần có một cái chết. Chỉ cái chết mới đánh động được một điều sâu kín ngủ im trong họ.

Cuốn phim sẽ ra mắt vào một ngày

Valentine nào đó.

Bối cảnh là sân trường trung học cấp một nào đó của một thành phố nào đó ở California, những đứa con gái nhận hoa và kẹo, bong bóng và gấu bông từ bạn trai. Sân trường vui nhộn hẳn với màu hồng nóng và màu đỏ rượu, những áo thun in hình trái tim cho ngày Tình Yêu, những cái hôn lâu hơn và ẩm ướt hơn, như đàn anh đàn chị trên trung học.

Một nhóm bạn gái của Leticia đang chờ nó ở cổng. Leticia sẽ xuất hiện như một trái bom trong sân trường. Leticia sẽ ăn mặc cực kỳ khiêu khích, sẽ trang điểm, làm móng, làm tóc như ca sĩ nhạc trẻ. Chúng hồi hộp nghĩ đến lúc Leticia và Brandon hôn nhau, Leticia sẽ nằm ngửa trên băng ghế, và…

Brandon McIrney lúc đó đang đứng với một nhóm con trai trong đội banh. Nó có nét đẹp của con trai Mỹ, da trắng, môi mỏng, mũi hơi hếch, cằm vuông, nét lì lợm. Tụi con trai cũng đang chờ Leticia tới, chọc Brandon vài câu tục tĩu, cười ầm lên. Nhưng mặt nó tỉnh bơ. Brandon nói, tụi bay sẽ không còn nhìn thấy nó nữa đâu. Nó nói dửng dưng. Lúc đó nó cười nhưng mắt nó lạnh ráo, làm cái cười như không thực, như phi lý, như chẳng liên quan gì tới câu nói đùa.

Nhưng Brandon không đùa. Đúng là không ai nhìn thấy Leticia nữa. Leticia không đến trường hôm đó.

Đúng ra là hôm đó chỉ có Larry King vào trường, bận đồ con trai, áo sweatshirt rộng, quần jeans cũ, giầy thể thao ngả màu, không son phấn, tóc bôi gel, chải rẽ. Trông nó rất bệnh, mặt tái xanh, nó nói nó mới nôn mửa. Đêm hôm qua nó thức trắng. Khi băng qua sân trường nó hay ngoái đầu nhìn lại, như có ma đuổi, như bị săn lùng. Trông nó hoảng loạn. Sau tiết thứ nhất, nó lại ói thốc tháo lần nữa, và ói trong nhà vệ sinh nam. Vâng, nhà vệ sinh nam, là nơi trước đây nó không thèm bước vào.

Leticia, what's wrong? Một đứa bạn hỏi.

Nothing. Nó nói cộc lốc, mệt mỏi. I've had enough [5].

Nó và Brandon học chung tiết thứ hai, lớp Anh Văn. Brandon ngồi ngay sau lưng nó. Cô giáo Anh Văn nhìn nó ngạc nhiên, cô muốn hỏi nó nhưng cố kìm lại. Nó chỉ nhìn vào trang sách, trông nó trầm uất, cạn kiệt, như có gì đang hủy hoại nó, dần dần, từ bên trong. Brandon không đọc bài, chỉ nhìn vào ót nó, ngắm những sợi tóc đen xoắn như bùi nhùi. Khoảng 14 phút sau khi vào lớp, Brandon đứng dậy, rút khẩu súng lục trong backpack. Nó chỉa ngay sọ Larry, chỉ cách nó một sải tay, nổ súng. Larry giật nảy lên. Brandon bắn thêm một phát nữa. Đầu Larry vật xuống bàn. Cô giáo Anh Văn hét lên, Oh My God, Brandon làm gì vậy, Oh my God!

Brandon quăng khẩu súng trên sàn. Nó thọc tay vào túi áo, ra khỏi lớp, trông nó điềm tĩnh dễ sợ. In hệt như diễn viên đóng xong vai diệt gian, thảy đạo cụ, bước ra ngoài sàn quay. Nó biến mất ở cổng trường. Mọi thứ xảy ra chóng vánh, như bất kỳ đoạn phim hình sự nào, chỉ có một điều khác phim, là không ai thấy máu me gì cả.

Leiticia chết một cái chết sạch sẽ, hai viên đạn nằm im trong sọ, không trào máu không tóe óc. Người ta sẽ nói, vì nó chết vào đúng ngày tình yêu, vì nó chết dưới tay người nó yêu nên máu nó không đổ ra vô nghĩa. Người ta sẽ nói, nó chết để chứng nghiệm lời Chúa Trời: "Nếu một người nam nằm cùng một người nam khác, như nằm cùng người nữ, thì hai người đó đều hẳn phải bị xử tử, vì họ đã làm một sự gớm ghiếc; huyết họ sẽ đổ lại trên mình họ" (6). Máu Larry đổ lại trên người nó.

Nhưng tôi thấy trái tim Larry vẫn đi lại

trên đường phố, lang thang trên những xa lộ California, trái tim nó đập trần trọc trên những trang dự luật viết cho công lý. Máu nó đang chảy ra ở đó, máu đồng tính, chuyển tính, lưỡng tính, loạn tính…. Không giọt nào chạm được tới thánh kinh.

Chú thích:

[1] Teena Brandon (December 12, 1972 – December 31, 1993) và Lawrence "Larry" King (1/13/1993 – 2/13/2008), hai nạn nhân hoán chuyển giới tính bị bắn chết trong hai vụ án kỳ thị và hằn thù ở Hoa Kỳ.

[2] Đêm khiêu vũ cuối năm của học sinh lớp 12 trung học

[3] Pray away the Gay (Cầu nguyện cho chứng đồng tính biến đi): Khẩu hiệu do nhà thờ Wasilla Bible Church ở Alaska đề cao, nhà thờ mà ứng cử viên phó tổng thống đảng Cộng Hòa Sarah Palin thường đến sinh hoạt và nói chuyện.

[4] *Boys Don't Cry* (con trai không được khóc), bộ phim đoạt giải Oscar 1999 về cuộc đời Teena Brandon, dựa trên phim tài liệu The Brandon Teena Story.

[5] "I've had enough," (tôi ớn quá rồi) là câu nói của Leticia ngay trước khi bị bắn chết trong lớp học.

[6] Sách Leviticus (Lê Vi Ký) 20:13 – Cựu Ước

PHẦN HAI
KHẢ THỂ CỦA *VIẾT*

Bản Nháp
cho Một Tình Yêu

Năm ấy một tạp chí văn học thuộc loại uy tín mời tôi viết bài cho chủ đề Tình Yêu số đặc biệt Valentine của họ. Tôi còn nhớ trong thư mời họ yêu cầu một truyện ngắn thật "khác thường" với tác động của một "quả bom văn chương." Họ còn nói để công bằng, mỗi tác giả chỉ có hai tháng đúng để viết. Thư mời gửi vào ngày 14 tháng 11 và hạn chót nhận bài là 14 tháng 1 năm sau. Thoạt đầu tôi rất tự tin khi nhận lời viết cho họ. Dù chưa biết phải viết gì trong thời gian hai tháng, tôi tin mình có đủ kinh nghiệm và dữ kiện từ những tình yêu cũ. Tôi cũng đã trải qua nhiều loại tình yêu – tình mới lớn, tình lý tưởng, tình nhục thể, tình sét đánh, tình thử nghiệm, tình hời hợt và tình sâu đậm, tình qua đường, hay tình tưởng đến chết không thể nào xa nhau…

Nhưng tôi lầm. Những mối tình đó tuy ký ức không thể nào quên, nhưng tâm hồn không còn đủ rung động để ghi lại nữa. Tôi không có hứng thú về thăm lại những nơi mình đã bỏ đi. Tôi thích những nơi xa lạ làm tôi bỡ ngỡ và sợ hãi. Tôi thích những vùng bí ẩn để bị lôi cuốn và nhắm mắt lao vào trong đó. Cũng tương tự như chuyện tôi không thích nghe lại những bản nhạc mình đã thuộc lời và giai điệu. Tôi chỉ có thể viết về những gì tôi chưa hiểu rõ, kể cả tình yêu.

Tất nhiên tôi có thể từ chối, nhưng lời mời mang tính cách thách đố của họ khiến tôi không thể, và cũng không muốn rút lui.

Mở đầu với bối cảnh ở quán cà phê

Cuối tuần đó, gặp nhau tại quán cà phê quen thuộc cùng vài người bạn nữa, câu chuyện chung lại quay về đề tài đang làm tôi đau đầu. Mọi người nói về những truyện họ đang viết dở dang. Tình yêu đam mê dữ dội. Tình yêu tính toán lạnh lùng. Tình đồng tính và đa tính là điểm nóng bỏng. Tình một chiều, tình tay ba, tình tập thể, tình xác thịt, theo mô típ thật mới và bạo... Tất cả người viết đang lên đường tìm kiếm những cuộc tình khác thường cho văn chương.

Có người hỏi tôi:

"Sao, cô này đã viết gì chưa?"

Tôi lắc đầu, nói mơ hồ:

"Có thể, không chắc, chưa biết."

Câu trả lời đi từ từ về phía phủ định. Nếu tôi nói ngược lại: "Không chắc, chưa biết, có thể!" thì sẽ hàm ý tích cực hơn. Nhưng chính hướng đi của một câu nói bâng quơ đã khẳng định sự không khẳng định trong ý nghĩ. Anh lúc đó tình cờ ngồi cạnh tôi, hỏi nhẹ:

"Tại sao không chắc?"

"Không nghĩ ra chuyện gì để viết."

Mọi người cười. Có người bảo hãy viết về cuộc tình cũ. Có người bảo cuộc tình đã qua rồi, cảm xúc không nguyên dạng nữa khó mà viết. Tôi buột miệng:

"Đúng. Nếu không ở trong tâm trạng yêu khó mà viết về tình yêu cho hay được."

Anh vẫn ngồi cạnh tôi, ghé vào tai hỏi nhỏ:

"Anh có giúp gì được không?"

Câu nói đó là một định mệnh. Tôi gọi định mệnh là hệ quả của một chuỗi liên tục những điều bất ngờ nhỏ dẫn đến một thay đổi đột ngột thật lớn. Chuỗi liên tục bắt đầu từ việc nhóm tạp chí chọn chủ đề Tình Yêu, bắt sang việc họ giới hạn thời gian hai tháng để tạo áp lực cho người viết, kéo theo việc tôi nhận lời tham dự trong khi tôi có toàn quyền từ chối. Chuỗi liên tục lại tiếp nối với chuyện tôi và anh cùng có mặt ở quán cà phê sáng nay, rồi tình cờ anh ngồi cạnh tôi. Chuyện này cũng hoàn toàn tình cờ, vì trước đó anh ngồi ghế đối diện, khi anh ra ngoài hút thuốc lá thì một người khác chiếm chỗ anh. Lúc anh quay vào thì người đang ngồi cạnh tôi lại đứng dậy bỏ đi. Rõ ràng là một sự hoán vị có sắp xếp. Chuỗi liên tục chưa chấm dứt ở đó: ngay khi tôi buột miệng nói, đại loại *Không đang yêu rất khó viết về yêu*, thì thật ngẫu nhiên, một người khác nữa lại xuất hiện, một người rất nổi tiếng. Thế là mọi người trong bàn đứng dậy kêu gọi anh ta. Và trong tiệm chợt ồn ào không thể tả. Và đúng lúc ấy, anh nói nhỏ vào tai tôi:

"Anh có giúp được gì em không?"

Xây dựng nhân vật hay nhân vật tự xuất hiện

Sau này, có lần anh bảo: "Đôi mắt em lúc đó ngơ ngác lạ." Ngay lúc ấy, tôi nhìn anh trân trân, không có phản ứng gì cả. Có thể toàn bộ ngôn ngữ tôi thể hiện qua bộ dạng chỉ là những tiếng thảng thốt, những dấu hỏi, những khoảng trống, và sự nghi hoặc mình đã nghe lầm. Cho nên anh khẽ cười, đẩy đĩa bánh lại gần, kín đáo gửi một cái nhìn đầy ngụ ý.

Chiều hôm sau có điện thư đầu tiên:

"Em đã tìm ra tình yêu chưa? Anh có giúp gì được không?"

Tôi không trả lời. Tôi cần suy nghĩ.

Điện thư thứ hai gửi ngày hôm sau nữa:

"Sao suy nghĩ lâu thế?"

Tôi hỏi:

"Anh nghĩ có thể giúp được gì?"

Anh viết:

"Em muốn anh giúp gì thì cứ nói. Anh sẽ làm y như thế."

Anh định đùa đấy à? Tôi nghĩ. Đùa thì đùa. Liều vậy, tôi mím môi viết:

"Em đang viết truyện tình. Cần một lá thư tình được không?"

"OK, ngày mai có." Anh trả lời như thế.

Nhà văn này là người thế nào, tôi bắt đầu tự hỏi. Tất nhiên là thu hút và nguy hiểm. Thường xuyên gặp nhau giữa những người bạn chung, tôi ít nói chuyện với anh nhất. Tôi không thích tiếp xúc với những người đẹp trai quá vì hấp lực của họ làm tôi bất an và phải đề phòng chính mình. Tôi chú ý đến truyện của anh nhiều hơn. Tôi tìm đọc lại những thứ anh viết, truyện ngắn, thơ, tùy bút...để hiểu thêm về anh; nhưng không thể kết luận gì về anh được.

Hôm sau tôi tò mò muốn biết lá thư tình của anh ra sao. Nhưng anh chỉ viết:

"Anh quên chưa nói, nếu muốn anh viết thư hay thì phải thật (tức là phải yêu thì viết mới hay). Vậy em muốn thư hay - hay không hay?"

Tôi trả lời mơ hồ:

"Tất cả cho tác phẩm, đó là cứu cánh của nhà văn. Nếu anh nghĩ phải yêu thư mới hay, và anh muốn viết hay, thì... tùy!"

Anh viết:

"Vậy sẽ có thư hay cho em."

Trong khi chờ đợi bức thư tình tôi bắt đầu phác họa nhân vật nam trong truyện, thử nhớ lại những nét đặc thù của khuôn mặt anh, cách nói chuyện, nhất là cảm giác anh đem đến cho tôi. Thật sự tôi chờ đợi điều gì, tôi không biết. Có thể một cuộc phiêu lưu đúng nghĩa. Có thể một chuyện tình đẹp và lôi cuốn. Có thể là một quả bom văn chương lẫn đời thường. Chắc chắn là một trò chơi nguy hiểm. Tôi cũng biết sợ nguy hiểm chứ, nhưng cảm giác sợ hãi kích thích trí tưởng tượng, và bản năng nghề nghiệp lại thắng lướt sự sợ hãi. Trên hết tất cả là sự thú vị vì được tỏ tình. Đã lâu rồi tôi quên cảm giác ấy ra sao.

Bức thư tỏ tình đến như một lời đùa giỡn:

"Anh đang viết cho em, chưa xong. Hôm gặp em ở cà phê về, anh bị ốm li bì, chưa bao giờ cảm nặng như thế. Trong mê sảng cứ chập chờn toàn hình bóng em... Anh không xạo đâu."

Tôi đỏ mặt:

"Viết thật đi, xạo quá em biết ngay."

Trả lời của anh:

"Anh thề là không xạo. Anh thật tình đó."

Ồ, thôi đi anh, đừng thề thốt.

Anh sẽ trở thành nhân vật của tôi, phải thế mất rồi.

Tôi phải viết về anh mất thôi.

Chương vừa rồi, người đọc có thể cho là chuyện nhảm nhí của những người thích đùa. Khi viết đến đó tôi cũng cho như thế. Nhưng tình yêu không cho phép người ta đùa cợt với nó. Khi viết đến đó tôi cũng cho như thế.

Khung tường thuật hay góc độ kể của nhân vật

Tôi trải qua nhiều ngày suy nghĩ. Khi nhất quyết viết câu chuyện này, tôi cho mình yêu trong một thời hạn tối đa là hai tháng. Vừa ở trong tình yêu, vừa đứng ngoài nhìn vào để dò xét và mổ xẻ chính mình. Truyện sẽ được kể từ ngôi thứ nhất số ít. Người con gái yêu anh trong truyện thoạt đầu là tôi, sau này cô ấy có thể bước ra ngoài tôi. Cô yêu một người đàn ông có gia đình, người này mang một số đặc điểm của anh. Nhưng chuyện tình của họ có thể sẽ nghiêm túc hơn. Tôi chỉ định mượn tạm tình cảm giữa tôi và anh, suy nghĩ của tôi và anh, đôi khi đối thoại giữa tôi và anh. Tất cả trao đổi thư từ giữa chúng tôi đều có thể dùng làm tài liệu được.

Những lá thư trở nên tha thiết hơn, liều lượng cứ tăng dần hơn mỗi ngày.

"Anh xin lỗi đã làm em mất ngủ. Anh muốn em ngủ yên. Để mình anh mất ngủ được rồi. Trong ngày lúc nào em rảnh, nếu gọi em thì lúc nào tiện? Khi nào anh có thể gặp em?"

Gặp anh? Gặp nhau? Anh đã có vợ con.

Tôi chỉ muốn yêu một cách an toàn, lấy được càng nhiều cảm xúc của tình yêu càng tốt. Tôi không muốn gặp anh. Tôi không trả lời dù lá thư làm tôi xôn xao khác lạ. Lại một thư khác:

"Em,

Thôi anh mới nghĩ lại, em không cần trả lời mail vừa rồi. Anh nhớ em, nhớ mắt môi em, con mèo nhỏ của anh ơi. Có gì vui "meo" cho anh với.

Nhớ em."

Và đây là một lá thư quan trọng:

"Mỗi lần nói chuyện cùng em, thật kỳ lạ, anh thấy người như bay lên, thấy mình như trở lại tuổi hai mươi. Lâu lắm rồi chưa ai nói chuyện với anh như vậy. Ước gì được ôm em thật sâu trong lòng, uống thật sâu hơi thở, quên hết quá khứ, quên hết hiện tại, quên cả ngày mai. Không còn ai trên đời này nữa, chỉ có em và anh, ôm nhau cho mọi cảm xúc bùng vỡ tan tành...

Hôn em."

Hôn em? Hôn tôi? Cái hôn gửi qua điện thư lơ lửng hơn là hôn gió trong không khí. Cái hôn chẳng dính líu gì đến thân xác. Nhưng làm người tôi nóng bừng. Cái hôn đi thẳng vào đầu không qua trung gian nào hết. Nó mãnh liệt dữ dội không kém cái hôn trên da thịt. Dấu ấn của nó ở mọi nơi, ở môi, ở mắt, khắp người.

Tôi cũng bắt đầu hôn anh. Chỉ cần thả người vào ghế, nhắm mắt lại: môi anh sẽ đè lên môi tôi - ướt át. Cảm giác êm và đau sẽ thấm tận cùng các ngõ ngách thân thể. Tôi thường hôn anh vào giờ đi ngủ, trong bóng tối, trên chiếc giường của tôi. Hành động nhắm mắt lại trên giường đồng nghĩa với hôn anh. Và bóng tối phải thật đậm để nụ hôn thêm mê mệt. Nếu ngọn đèn đường ngoài cửa sổ thỉnh thoảng rực lên, làm tôi nhìn thấy ánh sáng yếu ớt của nó qua mí mắt đã khép chặt, tôi phải bịt mắt lại. Từ từ, hành động lấy tay bịt mắt bảo đảm một nụ hôn sâu xa đắm đuối nhất trên đời.

Biểu tượng hay ẩn dụ

Nhân vật của tôi cũng bắt đầu yêu anh say đắm rồi. Tình yêu ấy, thật kỳ lạ, tự nó sâu sắc và bền vững hơn tình yêu tôi tưởng. Cô ấy yêu một tình yêu đẹp hơn tình yêu của tôi. Khi yêu cô ta buồn bã và chờ đợi, kiên nhẫn và chấp nhận, bao dung và độ lượng. Cô ta tin vào một tình yêu thật sự không cần người ta yêu lại, tự nó mạnh mẽ đủ để ban phát không ngừng nghỉ những quà tặng ái tình. Cô cho rằng tình yêu là một đóa hoa bí ẩn và kỳ ảo, chính là đóa hồng vĩnh cửu trong khúc cầu hồn tình yêu nổi tiếng.

Tôi thì cho rằng đóa hoa đó không bao giờ có thực trên đời.

Trong các đối thoại giữa cô và anh, bông hoa là thứ hay được nhắc đến nhiều nhất. Đó là thứ mà họ đi tìm, có thể một lúc nào sẽ hiện ra cho cả hai cùng thấy. Mỗi người mang trong đầu hình ảnh một bông hoa đã từng nở một lần ngày xưa. Khi cô hình dung bông hoa, hình ảnh đó thuộc về một buổi tối mùa mưa, thuộc về lần hẹn hò đầu tiên trong đời. Trên nền trời khi cô ngước mặt lên, những cánh sao nhạt nhòa rơi xuống tan thành bụi nước, những bụi cây dại run lên vì lạnh, và mùi hương hắc của những bông hoa thấm mưa ven đường bỗng dưng làm cô đau đớn. Một đóa hoa ra đời trong lạnh, ướt, đêm tối. Và cô nghĩ rằng nó phải màu đen, màu sâu thẳm, màu khó phai nhất trong tất cả các màu.

Tình yêu của cô làm tôi trở nên mềm yếu. Những lá thư của anh làm tôi mềm yếu. Tôi muốn gặp anh. Chỉ còn sáu tuần nữa thì tình yêu chấm dứt. Và câu chuyện cần thêm vài chi tiết nữa về anh.

Diễn tiến (để đẩy truyện đi)

Chúng tôi hẹn gặp nhau ở nhà sách Biên Giới nằm trong khu giải trí Những Hình Khối.

Buổi trưa nhà sách rất vắng. Có tiếng dương cầm nhè nhẹ từ trong một CD nhạc phim, nếu lơ đãng hơn nữa có thể tưởng mình đang ở trong phim. Giai điệu đi theo vòng tròn, nhiều vòng xoắn xây dựng trên một mô típ nhạc cứ xoáy lên cao mãi. Nó chính là vòng quay của cối xay gió. Những vòng quay đi vào chu kỳ kín - và quay mỗi lúc một nhanh hơn, vun vút... nên sức gió tạo ra những hợp âm vô cùng phức tạp như ý nghĩ của con người.

Chúng tôi ngồi đối diện nhau. Hai ly cà phê nhìn nhau, hai cuốn sách cạnh nhau. Hai cái điện thoại cầm tay cũng thế. Có thể những đồ vật đang nói với nhau: đối mặt, đối tượng, đối thủ, đối đầu... Tất cả xảy ra không giống như tôi tưởng tượng ở nhà. Nói bằng lời không dễ chút nào. Anh không được thoải mái, tôi cũng vậy.

"Sao em trông tiều tụy vậy, không ngủ được à?"

Tôi khẽ gật, như có một người khác đang nhập vào mình, tôi không nói được những gì mình muốn. Cổ khô, miệng khô, dấu hiệu của thần kinh căng thẳng.

"Anh không muốn em buồn, hay bất cứ rủi ro nào xáo trộn cuộc sống của em bây giờ. Anh muốn em vui và hạnh phúc. Thật đó, em còn muốn anh nói gì nữa không?

"Nếu anh có làm cho em thêm một chút hạnh phúc nhỏ nhoi nào trong cuộc sống, anh sẵn sàng để em vui. Anh không dấu những suy nghĩ của anh về em."

"Anh không muốn em có mặc cảm sợ hãi và tội lỗi."

"Anh không có quyền đòi hỏi gì ở em hết. Nếu em muốn có một tình yêu lý tưởng, để viết truyện, nếu em muốn, anh sẽ làm như vậy."

Anh nói vừa đủ tôi nghe, giọng chân thành; nhưng tôi linh cảm anh đang cố gắng. Trong một màn kịch đóng khéo, người diễn có thể vận dụng tất cả, ngay tình cảm cũng chỉ là vấn đề kỹ thuật. Tại sao phải cố gắng vậy, một điều không thuận lợi đến từ phía tôi chăng. Có thể hôm nay, như anh nói, trông tôi tiều tụy, hốc hác, nhìn kỹ không đẹp như anh tưởng. Vì đang xúc động, tôi không nói được nhiều, thỉnh thoảng chỉ nhếch một nụ cười gượng gạo.

Tôi không ngạc nhiên về anh, tôi ngạc nhiên về mình. Tôi tưởng làm chủ được tình cảm mình như trong những lá thư, nhưng tôi nhầm.

Cái mà tôi gọi là trò đùa đang toan tính phản bội tôi, nó như con thú trong gánh xiếc đang trở mặt hăm dọa người thuần phục nó. Bây giờ nó cưỡi trên tôi, toàn thân tôi cứng lại vì sợ hãi.Tôi có thể đã yêu anh. Anh có thể hết yêu tôi.

"Em đang nghĩ gì?"

Tôi bừng tỉnh:

"Em thích CD này, nó làm em chóng mặt"

"Vì dòng nhạc cứ quay như chong chóng tạo ra gió đập mạnh vào đầu..."

Tôi ngập ngừng giải thích.

Bãi xe buổi trưa cũng vắng. Bóng hai người nhập thành một khối bên cạnh bóng xe. Anh đưa tôi cái CD chong chóng mới mua, cười bằng mắt. Đôi mắt có đuôi đa tình làm lòng tôi chao động. Tôi cảm nhận tất cả sự vô lý của tình yêu này, tại sao anh, tại sao anh chứ? Điều gì đã làm người tôi nóng rực khi nhìn thấy anh? Phản ứng hóa học và những luồng điện chập lại? Cảm giác đó bùng lên đậm đặc, ngọt ngào như cam thảo, và đau xót như cường toan, cùng lúc.

Kính xe hạ xuống cho gió lùa đi hơi nóng. Anh nhoài người vào trong, hơi thở hừng hực như buổi trưa trên mặt tôi. Nơi đó là một từ trường rất mạnh, nó bắt buộc cái hôn đầu tiên giữa chúng tôi phải xảy ra như thế: ở giữa khung cửa xe.

Tiếng anh ngoài khung cửa:

"Nhớ viết thư cho anh. Nhớ lái xe cẩn thận."

Sau đó là cảm tưởng say rượu khi phóng xe đi, cảm tưởng buồn đắm đuối đang bay trên đường phố, cảm tưởng một khối hơi trôi bồng bềnh cách biệt hẳn mọi thứ trên đời. Cảm tưởng sắp được nhìn thấy tận mắt một điều bí mật, nhưng hiện hữu của nó luôn rình rập kẻ đi tìm.

Những chi tiết có tính biểu tượng (nhắm mắt–mở mắt, đùa-thật) và đối thoại (tiếp tục khai triển)

Có lúc tình yêu gõ cửa dồn dập. Có lúc tình yêu đi vắng. Khi ấy, tâm hồn trở thành ngôi nhà lạnh lẽo, một bãi biển bị sóng đánh tan hoang. Những chiều không có thư của anh, không có việc để làm, mở ra những khoảng trống lặng ghê người. Càng nghiêng về tối, buổi chiều càng để lộ những lỗ hổng đáng sợ. Chúng nằm dưới cầu thang hun hút, chúng ẩn trong vòm cây, chúng nấp vào những góc tối trong vườn.

Tôi sợ những lỗ hổng hơn là sợ thiếu anh.

Nếu anh biến đi với những lỗ hổng thì tôi không còn phải nhớ mong nữa, nhẹ nhàng biết bao.

Ba ngày rồi chúng tôi không liên lạc với nhau.

Tại sao, tôi hỏi, và đi tìm câu trả lời.

Ấn tượng của lần hẹn đó là một cảm giác khó chịu. Tôi khó chịu với chính mình vì đã tỏ ra bối rối. Bối rối là dấu hiệu của yếu đuối. Tôi không muốn làm người yếu thế trong tình yêu. Lòng kiêu hãnh không chấp nhận điều này.

Và cái hôn giữa khung cửa xe cũng làm tôi suy nghĩ.

Tại sao cả hai chúng tôi đều mở mắt khi hôn?

Tôi vẫn hôn anh mỗi tối, và nhắm mắt. Tôi tin rằng khi nhắm mắt mình sẽ như ngất đi trong một vũng đen, không biết gì nữa hết. Khi hai người hôn nhau, họ tan vào nhau, và người này trở thành vô tận của người kia. Hai linh hồn và thể xác nhập lại, từ đó mở ra sự trở về của đóa hoa vĩnh cửu.

Chính đôi mắt mở cho thấy sự tồn tại của người kia, cùng lúc cho thấy ranh giới giữa hai người. Đôi mắt mở là ý thức đang quan sát, không ai ngất đi được. Và điều bí mật sẽ không hiện ra. Đóa hoa cuối cùng của tình yêu sẽ không bao giờ tìm thấy.

Nhưng làm sao khác được bây giờ. Chúng tôi đang đùa mà? Và nếu tôi đùa với anh, thì tôi cũng đang đùa với chính tôi, đùa với lòng kiêu hãnh của tôi. Vấn đề là: tôi có thể đùa với tất cả, nhưng không thể đùa với câu chuyện của tôi. Câu chuyện, đó mới là đích hướng, chứ không phải tình yêu. Còn tình yêu, thật hay giỡn, chỉ là phương tiện.

Tôi không dối lòng rằng tôi nhớ anh không nguôi. Ngày và đêm, viết hay không viết, thức hay ngủ, nỗi nhớ bám riết theo tôi không rời. Chỉ uống một ly sữa mà lỡ nghĩ về anh, cổ họng sẽ nghẹn lại, ngụm sữa nuốt không trôi. Nửa đêm tỉnh giấc đã thấy tình yêu nằm bên cạnh đòi một nụ hôn trong bóng tối.

Điều gì đã không cho tôi thanh thản, không một phút giây thanh thản? Tình yêu à? Tình yêu không nên có mặt trong quan hệ giữa chúng tôi. Dù tôi tham dự với ý đồ riêng tư chăng nữa, trách nhiệm chính vẫn thuộc về anh, kẻ chủ mưu. Anh im lặng, anh muốn rút lui? Nếu anh muốn rút lui thì vẫn còn quá sớm, tôi không cho phép điều đó xảy ra, lúc này. Anh phải tiếp tục vai trò của anh trong truyện của tôi. Anh không tìm tôi, tôi sẽ tìm anh. Ít ra là một tháng nữa. Một tháng nữa thôi.

Trong lúc thật sự nổi giận, tôi gửi anh một lá thư tha thiết:

"Anh sao rồi? Cuối tuần thế nào? Chắc là vui lắm nên chẳng viết gì cho em cả. Có biết là em buồn không? Em nhớ anh."

Một lá thư khác:

"Anh đang làm gì? Viết cho em vài dòng đi. Em muốn đọc thư anh. Nếu không, phải chỉ em cách nào cho đỡ nhớ."

Đấy là một cảm giác tuyệt diệu khó tả khi gửi những lá thư đi. Một mặt, tình yêu có thể nói điều nó muốn. Mặt khác tự ái vẫn không bị va chạm, vì ý thức đã bảo đảm rằng đấy chỉ là một cách chơi. Dù tôi có tung hứng trái tim mình thì vẫn có thể lấy lại, không sao. Như thể tôi và tình yêu là hai thứ tách biệt, và đối chọi.

Chiến thuật này tỏ ra hiệu nghiệm. Anh trả lời ngay:

"Anh nhớ em. Anh nhớ em ghê gớm.

Làm thế nào cho em khỏi buồn bây giờ? Anh có làm gì thì em cũng vẫn buồn thôi, có đúng không, nhà văn của anh?

Điều gì đang làm em buồn, nói cho anh nghe được không. Tại em viết truyện tình yêu không được hay sao?"

Tôi đang cần anh nói thật nhiều, để tìm ra lối đi vào tâm hồn anh. Lối nào đi thẳng vào tâm hồn anh, yêu thương, dò xét, đùa giỡn, tìm kiếm, mổ xẻ? Tôi ao ước có thể đọc được, nhìn được những góc tối ẩn khuất của anh, vừa thú vị vừa đáng sợ, có thể bất ngờ, có thể làm tôi thất vọng. Nhưng còn hơn là im lặng, nó làm lòng tôi rỗng không, làm lòng tôi lạnh lẽo như bãi tha ma khi chiều xuống.

"Em có nhiều điều muốn hỏi anh, nhưng chắc em phải tự đoán thôi."

Anh trả lời:

"Thì hỏi đi. Không nên tự đoán, vì em có thể đoán sai."

Tuyệt vời. Tôi viết:

"Giờ em hỏi thật:

Khi anh nói "yêu em, nhớ em," là anh thật hay giỡn?

Nếu vừa thật vừa giỡn, thì bao nhiêu phần trăm mỗi thứ?

Giữa khung cửa xe (nhớ không), anh nghĩ gì?

Khi hôn người yêu anh nhắm mắt hay mở mắt?

Tại sao nhắm? Tại sao mở?

Nếu anh không thể nói thật, thì đừng trả lời.

Nếu anh nói thật, em không bao giờ giận."

Tôi vừa viết vừa buồn cười. Tại sao mình không nghĩ ra cái trò này sớm hơn nhỉ? Trong tình yêu nên dùng cái đầu hơn là trái tim, nếu không muốn trái tim đau.

Anh viết:

"Khi anh nói nhớ em, là nửa đùa nửa thật.

Tỷ lệ đùa thật: 50 / 50

Giữa khung cửa xe làm sao quên được, thấy cô bé cũng như anh, và thấy thương em vô cùng.

Khi hôn em anh mở mắt, để nhìn được môi em, để thấy tình yêu trong mắt em. Không nhắm vì anh sợ [lầm] là hôn người khác.

Anh nói thật, em giận thì ráng chịu."

Thật thú vị, tôi đọc đi đọc lại bức thư, và phân tích tình cảm mình. Có gì đâu mà giận, thì tôi cũng mở mắt, cũng không chắc về mình. Có thể cả hai đều thích đắm mình trong cảm giác yêu đương hơn là yêu nhau.

Anh lại gửi một lá thư bổ xung:

"Anh chưa trả lời rõ câu hỏi của em:

Khi hôn em nhè nhẹ thì anh mở mắt. Nếu em cho anh hôn đắm đuối thì chắc chắn nhắm mắt. Không phải để nhớ người khác đâu, mà tự nhiên nó vậy...

(đố em lần này anh nói thật bao nhiêu phần

trăm...)

Thật ra em có thật tình với anh không?

Anh rất sợ làm "nhân vật tiểu thuyết." Nếu đùa với anh thì nhớ cho anh biết để anh chuẩn bị...

Hôn em."

Nhắm mắt hôn đắm đuối, tôi khẽ cười với ý tưởng thú vị này, và viết:

"Sẽ có lúc em bắt anh nhắm mắt, không cho anh nhớ tới người khác nữa."

Tôi không nói gì về câu hỏi nhân vật tiểu thuyết. Một ngày nào anh cũng phải biết thôi.

Xung đột- mâu thuẫn (giữa nhân vật với môi trường, giữa nhân vật với nhân vật, giữa nhân vật với chính họ)

Khi tôi nghĩ tới cái ngày tận đích đó, tôi quên không nghĩ tới tình yêu, số phận cuối cùng của tình yêu. Nó sẽ giải quyết ra sao?

Nhưng nhân vật của tôi thì nhớ, và đang tìm về ngày đó.

Cô đã biến thành kẻ nô lệ tự động cho tình yêu, ngoài ý muốn của tôi. Kẻ nô lệ này dâng hiến tất cả thời gian và muộn phiền cho hạnh phúc. Một kiểu yêu tôi vẫn cho là ngu dại: không chờ đợi, không đòi hỏi một đền đáp nào

- không ép buộc bất cứ điều gì từ người mình yêu - không so sánh điều mình cho đi và điều mình nhận lại.

Với một người thông minh, nhạy cảm và đam mê như thế – cô biết mình sẽ bị tình yêu làm cho điêu đứng. Để chặt đứt nguồn đau khổ và bi lụy, cô tự đặt mình vào vị thế kẻ nô lệ tự động để từ khước vĩnh viễn những thất vọng của tình yêu.

Cô đã từng đau đớn rất nhiều trước khi tìm ra con đường giải thoát này. Tôi đã khóc khi viết đoạn cô lang thang trong bãi đậu xe, mái tóc thẳng, mặt vô hồn, mắt trống rỗng, toàn thân toát ra một vẻ lạnh lẽo của những người mẫu thời trang hiện nay, nhưng lạnh hơn như thể một xác chết đã đóng băng. Trời mùa đông nhưng cô chỉ mặc phong phanh áo T-shirt và quần shorts, vì anh đã nói kiểu trang phục này hợp với cô. Cô mặc đồ theo ý thích của anh cho lần hò hẹn, nhưng anh không đến. Cô gọi anh, nhưng anh bận. Cuối cùng cô im lặng.

Tình yêu mãnh liệt nơi cô làm tôi kinh sợ, bởi nó lôi cuốn và mời gọi tôi đi vào trong nó. Nó là thứ rượu độc mạnh. Chất men say từ từ ngấm vào mình lúc nào không hay – và nếu không kiềm chế, kẻ nô lệ tự động sẽ bắt đầu đứng dậy, vượt qua vòng kiềm tỏa của tôi.

Tôi sợ mình sẽ yêu anh mất. Tình yêu bắt đầu trở thành một vấn đề nan giải. Bởi nó không chấp nhận công việc tôi đang làm. Có lúc tôi mong mỏi cho chóng xong câu chuyện. Có lúc tôi sợ hãi ngày kết thúc câu chuyện. Bởi đó cũng là ngày tình yêu tận.

Tôi tiếp tục viết, nhưng câu chuyện không ăn nhập với cảm giác thật nữa.

Mấy tuần nay, tình yêu lại đi vắng. Anh không viết thư, cũng chẳng gọi điện thoại. Chúng tôi hẹn gặp nhau, rồi anh hủy buổi hẹn. Đã mấy lần như thế.

Tôi phải nhắc nhở chính mình: trong tình yêu không nên dùng trái tim, mà phải dùng cái đầu, nếu không muốn trái tim đau. Mỗi lần anh hứa đến rồi không đến, dù rất đau - rất đau, tôi vẫn kềm lòng. Tôi bắt mình tiếp tục viết thư cho anh, dễ thương hơn bao giờ hết:

"Em biết anh bận, em không giận anh. Nhưng đợi đến tuần sau thì em chết mất. Mai ra với em một chút đi."

Và một dòng chữ vô tình của anh:

"Nhưng anh bận quá mà.

Thôi để tuần tới rảnh anh đưa em đi uống cafe, được không?"

Tôi viết lại, theo kiểu nô lệ tự động, chẳng còn đường nào khác:

"Anh bận thì thôi. Đừng dụ em bằng cafe.
Em thích uống thứ khác hơn, biết không?"

Viết thế, nhưng tôi hiểu cần phải tìm một lối thoát cho mình. Không nên kéo dài tình trạng này nữa. Đọc lại từ đầu những lá thư, rõ ràng là giọng điệu đùa cợt. Đã biết thế rồi, sao tôi vẫn còn tiếp tục? Tôi yêu thật à? Chưa phải tình yêu. Vì nếu là tình yêu thì không cần đặt câu hỏi nữa.

Cao trào - thắt nút và mở nút

Chúng tôi trở lại quán cà phê ban đầu. Anh đang ngồi rất gần tôi, nhưng không cùng bàn.

Tôi ngồi với những người bạn viết cho một tạp chí liên mạng. Anh thuộc về một nhóm khác. Nhưng cả hai luôn ý thức sự có mặt của người kia. Anh và tôi thỉnh thoảng có chạm mắt nhau, cái nhìn dừng lại ở một điểm xoáy nóng bỏng, rồi lảng đi. Cúi đầu nhìn mấy cuốn sách như thể đang đọc, tôi để ý cách anh nói chuyện, xem ý tưởng và lý luận như thế nào, đo lường chiều sâu trong đó. Và trong một thoáng, nhân vật của tôi hiện hình rất rõ là một người bất định, lưng chừng, tùy hứng – điều này hoàn toàn phù hợp với những khuynh hướng trong tác phẩm của anh. Cũng trong một thoáng, tất cả những gì anh đã viết trở về trải rộng trước mắt tôi, toàn bộ là sự không nhất quán, những tư tưởng luôn đi lạc hướng, ngoài tiên liệu của người đọc.

Một người bạn hỏi:

"Sao, truyện tình viết xong chưa?"

Tôi cười, lắc đầu:

"Chưa tìm ra đoạn kết."

Thật thế. Chưa kết được. Bỏ qua những đợi chờ, buồn bã, dằn vặt (tôi tự gây cho mình) thì anh vẫn còn nợ tôi một nụ hôn nữa. Tôi nhớ lại cái hôn giữa khung cửa xe, có cái gì không đúng. Khi môi chạm vào môi thì mắt sẽ tự nhiên khép lại, chắc chắn đó là phản xạ không điều kiện. Cũng chắc chắn như khi ăn uống và đánh nhau thì người ta mở mắt, tôi chưa thấy ai cầm súng bắn người hay nhai miếng bò bít tết mà nhắm mắt bao giờ.

Vâng, anh còn nợ tôi một cái hôn đắm đuối, dữ dội, và phải nhắm mắt hẳn hoi.

Khi nhóm tôi giải tán, anh vẫn còn ngồi đó hút thuốc. Tôi đi ngang qua mặt anh, tránh không nhìn. Xe vừa ra khỏi bãi đậu thì điện thoại reo.

Giọng anh dịu dàng:

"Anh đây."

"Anh đang ở đâu?"

"Anh đang ở sau xe em."

Ngừng một chút, giọng nhỏ lại, gần gũi hơn:

"Đi với anh một chút, được không?"

"Được."

"Em đậu xe ở lề đường đi, rồi qua xe anh."

Tôi đậu xe cạnh một khu chung cư hai tầng. Chiều xuống nhanh. Những ô cửa bắt đầu sáng đèn. Ngực tôi thắt lại dưới sức ép căng thẳng của những điều đang nằm chờ trong bóng tối phía trước. Tôi nói với mình, như dặn dò:

"Thôi, cứ đi. Không biết mình sẽ làm gì, nhưng phải đi. Đi để nối dài thêm những điên cuồng vô lý mình đã làm từ hai tháng nay."

Có lẽ anh lái xe về phía biển. Khi tôi định thần nhìn qua cửa, mùa đông đã đứng sững bên ngoài. Sương mù bay ngược từ cuối đường đập vào mặt kính. Những ngọn đèn đã mất đi tia sáng thường thấy trong đêm, chúng chỉ còn là những quả cầu lu mờ chập chờn dọc theo con đường. Bây giờ tồn tại của chúng tôi là một vũng tối, tôi có thể nghe được tiếng thở gấp của anh.

"Mình đi đâu?"

Xe ngừng lại ở một chỗ tôi từng đi qua. Có thể là trên một đỉnh dốc, vì bên dưới gió hun hút gây cảm giác đứng gần vực thẳm.

"Anh hôn em, được không?"

"Không được, nhưng em sẽ hôn anh."

Anh cười. Rồi tràn sang. Bóng tối đè lên người tôi, làm nệm ghế bật ngửa ra sau. Tôi nhắm nghiền mắt, nhớ những lần hôn anh tưởng tượng trên giường. Tưởng tượng và thực tế không ăn khớp với nhau. Những lần hôn kia lần dò tìm kiếm những mê mải trong hồn. Cái hôn bây giờ đắm đuối sục sạo trên thân thể. Khác như một dòng nước ngầm và lúc triều dâng. Hơi thở anh dồn dập:

"Anh muốn yêu em. Anh muốn yêu em."

"Hôn em nữa đi. Nhắm mắt! Nhắm mắt đi!"

Tôi lướt tay trên mắt anh, dò tìm.

"Anh phải nhắm mắt, biết không?"

Anh cười. Rồi lại hôn. Tôi bắt đầu quen với cường độ của anh, mạnh bạo và hối hả, nóng bỏng và chiếm đoạt. Chúng tôi ôm riết nhau. Cảm giác dễ chịu như nằm trong một cabin nhỏ trôi lênh đênh giữa biển sương mù.

Ý nghĩ này làm tôi buồn ngủ. Thân thể anh ấm, cánh tay anh gối đầu êm, nhịp tim anh đập biến thành bè nhạc trầm, tôi muốn nằm yên như vậy mãi. Nhưng vuốt ve của anh không cho tôi ngủ. Những âu yếm bắt đầu phát tán từ những ngón tay muốn xé toang bóng tối. Tôi co người lại.

"Đừng."

"Anh muốn yêu em...Anh muốn yêu em..."

Hơi thở nóng rực, anh cắn vào môi tôi. Tôi ghì lấy anh, thì thào:

"Lúc khác đi."

"Bây giờ đi. Lúc khác chết mất."

Kiểu nói trẻ con làm tôi ôm riết lưng anh.

"Vậy thì ở ngoài đi."

"Không!"

Anh nói như la lên.

Tiếng la "không" này làm tôi đau đớn. Nó đi như đinh nhọn đâm thốc vào cơ thể. Vào ngay thời điểm đó tôi nhớ lại tất cả những sự cố trong hai tháng qua từ khi anh nói nhỏ vào tai tôi, trò chơi đuổi bắt tình yêu, những mưu toan của riêng tôi, dẫn đến chữ "không" này. Dù người đang tan chảy vì gần gũi, tôi vẫn chưa hiểu vì sao mình điên như thế.

Không phải vì anh. Không phải vì cái

truyện ngắn rất dở kia.

Có thể là một mắt xích nữa của định mệnh, nó cho biết mọi thứ đều có thể xảy ra, mà chỉ là hệ quả. Như việc từ xe tôi qua xe anh, từ băng trước xuống băng sau, từ ở ngoài đến vào sâu...

Kết

Tôi cho rằng mình đã đi đến tận cùng.

Anh hôn tôi một lần nữa, cái hôn coi chừng đã đuối. Bàn tay kéo lại áo quần ngay ngắn, bàn tay vuốt ve đã mỏi. Điều tôi tìm kiếm khao khát bây giờ đã thỏa. Tôi thở hắt như vừa bước ra khỏi cơn hoan lạc, nhưng tôi không cảm thấy hoan lạc. Thật ra đó là tiếng thở của một người khác.

Một người đang đứng bên ngoài nhìn vào.

Hình ảnh vừa hiện ra đó làm tôi kinh sợ.

Cô đứng rất gần, như mới vừa mở cửa bước ra.

Chúng tôi nhìn nhau, trừng trừng. Lần này tôi thấy cô rất rõ dù chung quanh sương mù, có thể vì đôi mắt rực sáng và mê hoảng. Cô đẹp đến nỗi làm tôi rùng mình, một vẻ đẹp ở giữa chừng toàn vẹn và bắt đầu tả tơi, vẻ đẹp của đóa hoa vĩnh cửu cô từng nhắc cho tôi. Tôi nhìn thấy nỗi cô đơn rất liều lĩnh, rất bất chấp và vô cùng điên loạn làm tôi xúc động. Trong cô, tình yêu và lý trí đã nhập thành một, hay tất cả lý trí đã đầu hàng tình yêu.

Tôi nhìn ngắm cô, tràn đầy yêu dấu và thương xót. Chưa bao giờ người tôi nhẹ như thế - như cô vừa đi ra khỏi tôi - một người đàn bà ở trong tôi, khác tôi, tự mình tôi không lôi ra được, bây giờ đã thoát đi rồi.

Anh bây giờ không quan trọng nữa. Tất cả những điều anh làm chỉ là gõ cửa. Mỗi người đàn ông đến gõ cửa sẽ lôi ra, từ tôi, một người đàn bà riêng, của hắn.

Viết lần đầu năm 2003 cho Chủ đề Yêu của tạp chí Hợp Lưu.
Viết và cấu trúc lại năm 2014.

Ghi chú của tác giả: tặng Nguyên Nhu, Vương Thúy Lệ, và Trần Đức Tài- những người mà trải nghiệm về tình yêu của họ đã tác động lên tôi, một thời gian rất dài.Trong truyện có những đoạn tôi đã đem các bạn vào, như một lời kêu cứu của tình yêu:

- "Kẻ nô lệ tự động dâng hiến thời gian và muộn phiền cho hạnh phúc": trích thư Vương Thúy Lệ.

- "Đóa hoa vĩnh cửu, trong vườn nở tươi, nơi tình yêu dứt, nơi tình yêu tận": lời trong ca khúc "Requiem" của Trần Đức Tài.

- Và không khí từ một bài thơ Nguyên Nhu viết cho tôi:

"… Tôi vẫn biết tình yêu cao vợi
Như sóng thần ập đến lúc triều lên
Và sâu thẳm không tìm ra nổi
Đáy lòng tôi ánh sáng của bình yên.
Dẫu tình yêu chỉ lập lòe ẩn hiện
Ngọn lửa lân tinh sáng lóe những đêm
phiền
Trên bãi tha ma, chiều nay, tôi đối diện
Với lòng mình, chợt thấy, rộng vô biên…
Tôi thất trận rồi, không cần giao chiến."

Cám ơn các bạn thật nhiều.

Người Vợ Khổng Tử
và Cô Giáo Nữ Quyền

Năm hai mươi tuổi anh ghi danh lấy mấy khóa nữ quyền liên tiếp ở đại học và viết một bài luận văn mở đầu bằng câu "Vấn nạn lớn nhất của thanh niên thời nay là đi tìm vợ." Anh nghĩ đó là một mở đầu khá hay cho bất cứ bài viết dạng nào, nhận định, luận văn, quan điểm, hay hư cấu. Tất nhiên anh có đủ mọi lý do để tin như vậy: thứ nhất, thống kê cho thấy đến năm 2020 tỷ lệ trai thừa-gái thiếu ở Trung Quốc sẽ lên đến ba mươi triệu; thứ nhì, anh ghét dịch vụ kết hôn trên mạng và cũng không thích vợ việt Nam; thứ ba, bản thân anh và hiện hữu của anh là kết quả ba lần mẹ dám phá thai lậu khi biết kết quả siêu âm là con gái. Quyết định theo ngành Phụ Nữ- Giới Tính Học vì vậy có tính cách định mệnh đối với anh. Nhìn ở góc độ thực tế, anh muốn tốt nghiệp ưu hạng để dễ kiếm vợ lẫn việc làm. Những cô gái trẻ đã biết post lên FaceBook những câu như "Em chỉ lấy đàn ông feminist" hoặc "Bình đẳng giới tính = nam giới đi tiểu ngồi." Về mặt công việc thì anh có lợi thế thấy rõ. Những tổ chức nữ quyền luôn cần cánh đàn ông ủng hộ các hoạt động của họ. Ngay trong lòng các tổ chức ấy thì đàn ông vẫn có giá hơn phụ nữ. Ai ngờ cách nghĩ "nhất nam viết hữu thập nữ viết vô" vẫn còn đúng vào thời đại này. Nhất là nếu người đàn ông ấy lại theo thuyết nữ quyền.

Cô giáo của anh còn rất trẻ, chắc chỉ hơn anh khoảng vài tuổi, đẹp đúng tiêu chuẩn Á Đông, mắt một mí, miệng cười giống Chung Tử Di. Cô để mặt tự nhiên không son phấn, anh đồ chừng nếu trang điểm cô sẽ còn đẹp hơn nữa. "Khái niệm trẻ đẹp cần phải xóa bỏ để có bình đẳng thật sự về giới tính," cô nói vậy. Rồi cô chỉ trích cách văn hóa truyền thông biến phụ nữ thành món hàng để bán sản phẩm, cách kỹ nghệ sửa sắc đẹp khiến phụ nữ luôn bị mặc cảm và ghét bỏ chinh thân thể họ. Cô giảng bài lôi cuốn lắm. Đó là học kỳ cuối trước khi tốt nghiệp, sinh viên phải nghiên cứu để viết một luận văn dài khoảng ba mươi trang. Cô giáo khuyên anh nếu muốn đỗ cao nên viết luận văn tốt nghiệp về vợ Khổng Tử: "Người ta hay nói đằng sau mỗi vĩ nhân là một người đàn bà vĩ đại." Cô dẫn chứng Bill Clinton và Hillary, Mao Trạch Đông và Giang Thanh, Simone de Beauvoir với J.P. Sartre. Người đàn ông càng nổi tiếng thì người đàn bà của hắn càng được nhắc đến và càng được phơi bày trước công chúng… "Khổng Tử là vĩ nhân Trung Hoa thì người đàn bà của ông hẳn phải đặc biệt lắm. Bà có thể là Nàng Thơ của ông, là niềm tự hào khi được sở hữu một vưu vật, hay là nguồn hỗ trợ tinh thần cho ông. Có điều chưa ai viết về bà. Vậy thì em nên làm. Một nghiên cứu như thế rất có tầm vóc, và là điều cần thiết nữa."

Đằng sau mỗi vĩ nhân là một người đàn bà vĩ đại. Anh rất thích viết về đàn bà vĩ đại.

Nhưng vợ Khổng Tử có thật vĩ đại không? Chẳng ai biết gì về người vợ của ông. Nàng tên gì? Dung nhan nàng ra sao? Tài năng nàng thế nào? Nàng đã thành đạt gì trong cuộc sống, ngoại trừ việc cho ông mấy người con, trong đó có con trai nối dòng họ Khổng? Nàng có biết nói, biết khóc, biết cười không? Nàng có biết đọc, biết viết, biết làm thơ không? Chẳng sách vở nào nói đến nàng. Chẳng ai vẽ chân dung nàng. Làm sao vẽ chân dung một người không có chân dung? Tìm trong tiểu sử của Khổng Tử cũng không có tên nàng. Nàng là người đàn bà vĩ đại không tiểu sử.

Viết sao về một người mà tồn tại hầu như không tồn tại?

Cô giáo khuyên anh nên tìm đọc Kinh Lễ để tìm ra Khổng Phu Nhân. Một trong năm tác phẩm kinh điển, "Kinh Lễ là nguồn gốc của nữ quyền, và cũng là nơi tận," cô nói.

Anh có người chị họ làm việc ở Viện Lưu Trữ Các Văn Bản Cổ. Nhờ vậy anh được tham khảo những bản kinh do học trò Khổng Tử chép vào khoảng 350 năm trước Công Nguyên, trong đó có bản chép tay đầu tiên của Mạnh Tử, bút tích sắc như cào giấy. Anh hơi tiếc là không tìm được bản gốc do chính tay Khổng Tử biên soạn. Điều làm anh nghi hoặc là các quyển kinh này rất cổ, giấy mọt mòn nhũn, vậy mà chúng không tan rã thành bột dưới những ngón tay anh. Những vuông lụa màu ngà thoang thoảng hương, mùi trầm lẩn quất trong mùi bụi, nghe hao hao mùi da thịt phụ nữ mới tắm gội bằng nước lá xông. Đôi lúc những cánh hoa ép khô để chống ẩm và ướp kinh rơi ra ngoài trang sách. Anh tìm đọc với tất cả khát khao của thanh niên mới lớn. Anh đánh hơi đàn bà rất nhạy, vả lại dù cách xa hàng thế kỷ nhưng tố-nữ chất của họ không phai giảm. Cô giáo nói đúng : trong Kinh Lễ có nhiều đàn bà con gái. Họ xuất hiện trong trang phục xa xưa và cung cách cổ kính. Họ đẹp và nết na, tam tòng tứ đức, công dung ngôn hạnh đủ cả. Họ yểu điệu rạp đầu thuần phục. Họ đi rón rén không để lại dấu chân trên đất. Họ khóc cười không ra tiếng, như phim câm. Anh tự hỏi, trong những người đàn bà cài trâm và thoa son dồi phấn này, ai là vợ Khổng Tử? Những người đàn bà trông rất quen, anh mới thấy họ đâu đây, có thể hôm qua đi dạo phố Tàu thấy họ ngồi uống trà ăn tỉm sắm. Hay anh thấy hình họ in trên mục quảng cáo tour du lịch Cấm Thành? Cũng có thể anh sở hữu họ, trên những ấm trà giả cổ, giá 10 đô một bộ, mỗi ly trà in hình một cô gái khác nhau, tiêu biểu cho từng loại đức hạnh trong kinh Lễ.

Những người đàn bà sống qua hơn hai thiên niên kỷ. Họ không già đi, vì họ là biểu tượng, mà biểu tượng thì bất biến.

Anh tìm thấy những mảnh quần áo đông phương bị xé rách khi đọc kinh. Những trang kinh sắp trở về với hư vô, hơn hai ngàn năm đã trôi qua trên đó, nhưng Khổng Tử vẫn nhồi nhét thêm những người đàn bà mới vào sách của ông. Ông là vĩ nhân, có tài biến đàn bà thành chữ, thành nét, thành tư tưởng, thành tinh chất. Ông đã hiểu ý nghĩa của cuộc đời là chắt lọc thân xác để đổi lấy tiếng thơm. Như người ta ép tinh dầu. Bông hoa và mùi hương không thuộc về nhau. Bông hoa không được sở hữu mùi hương của nó.

Sau giờ học anh lấy hẹn gặp cô giáo ở văn phòng. "Luận văn viết đến đâu rồi?" Cô hỏi. Anh nói phụ nữ trong Kinh Lễ thiếu sức sống, họ như búp bê sứ, như hình nhân, anh không tin là vợ Khổng Tử giống vậy. Cô gật đầu, có vẻ hài lòng với nhận định này. Anh nhớ bài giảng của cô trong lớp về Helene Cixous và ý nghĩa chính trị của cơ thể, cách bà vận dụng thân thể với ý thức giới tính khi viết. Cô nói, "đã bao lâu nay họ không được quyền viết cho chính họ, họ không được cầm bút vì cây bút tượng trưng cho dương vật, tức là vật cấm. Vì vậy chuyện viết trở thành cấm kỵ cho nữ giới. Nhưng Kinh Lễ đọc rất thú vị em có thấy vậy không?"

Rồi cô cùng đọc với anh, chỉ cho anh thấy những cái hay của Kinh Lễ. "Hãy để ý đến động tác của họ, rất ngoạn mục. Họ tháo khuy cởi nút chầm chậm. Mỗi hành động buông áo, hạ quần, rút giây lưng kéo dài hàng thế kỷ." Anh kín đáo tận hưởng hơi thở tinh khiết thoảng qua khi cô say sưa nói. "Họ ngần ngại nhưng chuyển động của họ vì vậy càng lôi cuốn. Như là vũ thoát y quay chậm vậy. Đến thiên niên kỷ thứ 3 họ mới dám bạo dạn khoe chút rốn." Cô vừa nói vừa xoay mình, đứng thẳng trước mặt anh. Cử chỉ cô khoan thai như múa Thái Cực Quyền. Hai cánh tay duỗi ra rồi nhẹ nhàng kéo lại ôm vòng quanh người, như thể cô dùng đôi tay để quay chính thân thể mình. Anh ngây ngất nhìn cô vừa múa vừa giảng như xuất thần. "Ngôn ngữ của họ cũng lơ lửng; một chữ buông hờ ở cửa miệng rồi cứ đọng lại ở đó, một câu nói chưa thành tiếng đã bị mất hút vào không gian. Một ý nghĩ mất cả đời để thành hình. Một câu nói truyền từ người này sang người kia mất thêm vài trăm năm nữa." Chuyển động của cô loang ra. Anh bắt đầu thấy những giải lụa mỏng tang như không khí quấn lấy thân thể cô. "Nhìn cách họ khóc kìa, họ khóc giống nhau lắm, những giọt lệ chảy âm thầm và đều đặn, như thể vận tốc của nước mắt là hằng số. Đêm đêm họ ngồi khóc bên những ngọn đèn lồng đỏ thắp lập lòe trên những ruộng cao lương đỏ. Mỗi sáng sớm người chồng chung của họ tiếp tục viết thêm những mệnh lệnh mới trong kinh. Kinh nhật tụng."

Anh nộp bài cho cô giáo. Bài luận văn ngắn chưa đến 10 trang, viết lăng nhăng vớ vẩn, không đáp án. Chỉ là những khám phá rời rạc trong quá trình đọc. Đến phần khẳng định ai là vợ Khổng Tử trong số những đàn bà cất dấu trong kinh, anh viết: "Ký ức lịch sử Đông Phương không có chỗ cho một thân phận nữ đơn lẻ. Vì vậy Khổng Phu Nhân, người phụ nữ vĩ đại này đã tan biến vào tập thể và tồn tại như hương hoa để ướp thơm những trang kinh của chồng và đức Khổng."

Anh bằng lòng với kiểu kết luận lấp lửng này, nó hợp với tình trạng bấp bênh của những cuộc đấu tranh cho phụ nữ, nó chìm nổi như những đợt sóng một- hai- ba của các phong trào nữ quyền. Người đàn bà vĩ đại của Khổng Tử là nhân số tổng hợp của phụ nữ Trung Hoa. Không thể xác định ai là nàng, vì ngài lấy vô số vợ. Ai cũng có thể là vợ ngài. Cả một đế quốc phụ nữ đứng sau lưng ngài hằng bao nhiêu thế kỷ. Một tập thể quần hồng, vô danh, vô hình, vô thanh, vô tướng, vô nhân diện.

Nhờ họ mà Kinh Lễ tỏa hương đến tận ngàn sau.

Vấn nạn của một thanh niên vừa tốt nghiệp cử nhân Phụ Nữ-Giới Tính Học là gì đây, trên đất nước này? Trước tiên hắn ta phải lấy vợ cho vừa lòng cha mẹ. Với mảnh bằng này anh có quyền kén chọn vợ. Tiêu chuẩn tìm vợ của anh bây giờ quá cao, nên hầu như anh chẳng vừa ý cô gái nào. Trong thâm tâm anh biết mình muốn tìm một phụ nữ có thể giúp anh trở thành người đàn ông vĩ đại. Trong thâm tâm anh biết mình muốn lấy vợ như Khổng Tử.

Hai năm sau khi ra trường anh mất liên lạc với cô giáo, đó cũng là lúc phân khoa Phụ Nữ-Giới Tính Học bị giải tán vì thiếu kinh phí. Anh nghe nói cô đã bỏ dạy, hình như cô đã xuất ngoại sang Hoa Kỳ. Anh lại nghe nói cô bây giờ là vũ nữ trình diễn show ở Las Vegas.

Những điệu vũ hương xa mang phong cách đông phương. Có khi cô múa Thái Cực Kiếm, động tác treo lơ lửng giữa không khí, những vòng tròn lưỡng nghi quay vào vô tận. Có khi cô vũ thoát y và ngâm nga thơ Đường phá luật. Nhưng show ăn khách nhất của cô lại là những màn múa lấy từ Kinh Lễ, những vũ điệu anh đã từng chứng kiến.

Anh buồn lắm khi nghe những lời đồn đãi về cô, nhưng anh nghĩ anh hiểu. Anh hình dung cô trong những vũ khúc nghê thường, cánh tay cô vươn mãi vào vô tận, cô lướt đi nhẹ tênh trên mặt phẳng không trọng lực, và cô đi thẳng vào lòng khán giả với vẻ yêu kiều mang nữ tính đông phương. Anh hình dung cô vừa chuyển động vừa kể những câu chuyện như giảng bài trong lớp: *mỗi cử chỉ mất một thế kỷ, một cuộc vũ thoát y quay chậm, đến thiên niên kỷ thứ ba mới dám bạo dạn khoe chút rốn...* Anh tưởng tượng cô hát với giọng tinh nghịch một bài thơ nổi tiếng lúc bấy giờ: *Las Vegas vũ nữ đón xuân,... Vừa nhai mứt gừng vừa dạng chân,.. Vì ghen xì líp không cần mặc, Vì ghen áo yếm bạch phơi thân.** Cô sẽ múa những câu chuyện, cô sẽ múa những tâm trạng, nhưng trên hết, cô muốn múa những cảm giác của cơ thể, múa những cơn đau chết người kéo dài cả ngàn năm, những cơn đau chỉ có trên những thân thể nữ. Khán giả hẳn sẽ bị mê hoặc, bị thôi miên, bị quyến dụ, bị nghi ngờ giữa những điều họ thấy và những điều họ nghe, cùng lúc.

Rồi anh tự hỏi, một thanh niên ngoài hai mươi tuổi như anh biết phải làm gì đây, trên đất nước này. May ra, vâng, may ra, thì hắn sẽ viết nổi một bài luận văn khác, một câu chuyện khác, trong một hư cấu khác.

Viết lần đầu tháng 3, 2007.
Viết lại tháng 5, 2014.
*Thơ Đỗ Lê Anhđào

Lý Lịch Hoang Tưởng của Tôi

Cuộc thi viết lý lịch được tổ chức toàn quốc, cứ bốn năm một lần. Mục đích của ban tổ chức là tìm ra một lý lịch hoàn chỉnh và lý tưởng; một lý lịch vừa cá nhân vừa tập thể, một lý lịch vừa công cộng vừa riêng tư. Điều đó có nghĩa gì? Một lý lịch lớn nhất sẽ được chọn để làm đại diện cho tất cả những lý lịch nhỏ cộng lại. Điều phiền phức thường xảy ra là đôi khi các lý lịch nhỏ cộng lại không giống đáp số là lý lịch lớn. Bạn sẽ bảo, vì thế nên cuộc thi tuyển là cần thiết, để có một lý lịch biểu tượng cho đất nước.

&

Mọi lý lịch đều bắt đầu bằng chủng tộc. Điều này những người da màu hiểu quá rõ trong khi dân da trắng ít khi nghĩ tới. Mẹ tôi người Việt, bà có thừa kinh nghiệm về chuyện này. Tôi không có cha và tôi mang họ mẹ. Mẹ tôi không bao giờ hé môi về chuyện cha tôi là ai. Ngoại hình tôi không thuần đen, nét tôi thanh hơn và da tôi nhạt màu hơn những người da đen trong các show truyền hình săn bắt cướp. Tuy đường tiến thân của tôi đầy dẫy những bất lợi về ngoại hình, chủng tộc, hoàn cảnh gia đình, cả cái tên gọi nữa, tôi đã vào chung kết cuộc thi một cách vẻ vang. Ban giám khảo chú ý đến thành tích học vấn của tôi. Tốt nghiệp thủ khoa trường trung học Bolsa. Cử nhân kinh tế ưu hạng từ UCLA. Tiến sĩ luật khoa Yale. Chỉ số IQ cao nhất trong đám bạn cùng khóa. Những chức danh và bằng cấp đưa tôi vượt qua những cánh cửa khắt khe nhất trong đời.

Mày là đồ Da Đen
Tôi là công dân Mỹ
Mày mà là Mỹ chó gì!
Mày là chệt da đen!
HaHaHa, ủa còn có ba tàu lai mọi đen nữa

hay sao?

&

Để bước qua những cánh cửa khác nhau chúng ta cần những loại giấy thông hành khác nhau. Chẳng có lý lịch nào vĩnh viễn cả. Mọi lý lịch chỉ là tạm thời. Lý lịch chỉ để băng qua những cánh cửa. Những cánh cửa chỉ để người ta băng qua. Không ai dừng lại ở đó, những cánh cửa xoay vòng sẽ nghiến nát họ.

Những cánh cửa cũng là những chiếc bẫy. Mỗi người băng qua bằng thân thể họ. Tôi nhớ Hillary Clinton đã bị chặn lại bởi giới tính của bà. Tôi nhớ Sarah Palin đã vượt qua bằng nữ tính của bà. Tôi nhớ những hành khách Trung Đông bị chặn ở phi trường vì chủng tộc của họ. Tôi nhớ thân thể Hồi Giáo bị lục lạo chỉ vì tôn giáo của họ.

Tôi phải vượt qua nhiều cánh cửa nữa. Tất cả những cánh cửa ấy có thể mở ra cho người khác nhưng đóng lại với tôi. Ban giám sát cuộc thi đã cảnh cáo tôi:

"Đây là một lộ trình biến ảo. Đây là cuộc thi mà mỗi thí sinh nhận một đề thi khác nhau. Không có tiêu chuẩn chung để so sánh mình với ai khác được."

Tôi bị bất ngờ, "Vậy thì đâu có *fair*?"

"Sao không?" Cách họ giải thích càng làm vấn đề thêm phức tạp. "Thế này nhé, đề thi nhắm vào nhược điểm của từng cá nhân. Trong nghĩa đó, đây là cuộc thi công bằng nhất."

Tôi tên Amabo Kcarab Nguyen.
Xin lỗi, tôi nghe không rõ?
A - M A - B O…
Bạn đánh vần dùm?
A như Adam, M như Mary, A như Adam, B như Betty, and O như Olson.
Cám ơn. Bạn đánh vần chữ "Crap" ra sao?

&

Khoa tử vi ban cho mỗi người mang một định mệnh viết sẵn, một văn bản viết bằng thứ mực không thể nào phai. Người Việt Nam hay tin tử vi (đồng nghĩa với chuyện tin con người bất lực trên định mệnh của mình). "Mọi thứ đều có số cả. Cãi mệnh trời vô ích." Tôi không tin. Thời tiểu học và trung cấp của tôi, lý lịch viết bằng bút chì, hoàn toàn có thể tẩy xóa được. Tôi được giáo dục rằng lý lịch của tôi là kết quả của ý chí tôi. Chính tôi sẽ tạo nên con người của tôi, không phải cha mẹ, không phải đảng phái, không phải thế lực, càng không phải khoa bói toán. Nếu có tương quan nào giữa những chòm sao và con người, tôi cho rằng hiện hữu của loài người làm thay đổi những vì sao, rằng ngày tôi chào đời những tinh tú trên trời sẽ xoay chuyển vào một quỹ đạo mới- quỹ đạo của riêng tôi.

Đường định mệnh thẳng tắp giữa lòng bàn tay này là do tôi khắc lên, mỗi ngày, với tất cả quyết tâm.

> *Tụi nó say mê cuốn phim Chiến Tranh Giữa Các Vì Sao*
> *Tụi nó say mê những sinh vật dị dạng trong thế giới ảo tưởng*
> *Tụi nó tưởng tụi nó không kỳ thị chủng tộc*
> *Cho đến khi tụi nó gặp Amabo*
> *Một sinh vật độc đáo*
> *Kẻ dám vạch trần tính giả hình của tụi nó*
> *(vào lúc mười tuổi tôi đã viết những dòng này)*

&

Tôi có thể kiểm duyệt hoặc thêm thắt đôi chút, để chuyện viết lý lịch là một hành trình tự thú đầy sáng tạo. Lý lịch tôi bắt đầu nổi từ lúc tôi làm dân biểu tiểu bang. Việc một người thuộc nhóm thiểu số, da màu, da vàng, họ Nguyễn, tham gia chính trường đã là một chuyện rất bình thường. Người ta đã cởi mở nhiều về chính kiến. Nước Mỹ không kỳ thị. Nước Mỹ là nơi duy nhất trên trái đất cho phép chúng ta thực hiện những điều tưởng như bất khả. Nước Mỹ là nơi chúng ta có thể viết lên những lý lịch hoàn chỉnh nhất.

Tôi giữ niềm tin như vậy đến năm 2042, đến kỳ ra tranh cử tổng thống Hoa Kỳ. Lúc đó tôi 47 tuổi. Lúc đó người ta bắt đầu thò tay vào lý lịch của tôi. Tôi bắt đầu thấy lý lịch mình bị xáo xào, bị đảo ngược, bị sửa đổi, bị thêm thắt, bị xóa trắng, bị bôi đen; hoàn toàn ngoài tưởng tượng, ngoài kiểm soát của tôi.

&

Đến năm 2042 cộng đồng Á châu ở Mỹ, tăng trưởng với tốc độ một triệu rưỡi mỗi thập niên, đã chiếm 25 triệu người. Và 25 triệu này trở thành chướng ngại của tôi.

Còn màu da đen của tôi là chướng ngại cho họ.

Họ nhìn tôi và chỉ thấy một kẻ da đen

lai da vàng, nói trắng ra là một thứ lai tạp hạng bét (tất nhiên có những loại lai tạp "sang", như Úc lai Nhật, hay Anh lai Ấn). Ngoài da đen, tóc xoăn thì mũi tôi tẹt và mắt tôi hí. Tôi lấy tất cả những gene mạnh nhất của Á châu và Phi Châu. Thế nên chẳng nhóm Á Châu nào ủng hộ lý lịch tôi. Với họ, tôi là dấu tích của phản bội. Mẹ tôi là kẻ phản bội vì bà đã từ chối đàn ông da vàng để chạy theo một gã da đen. Đó là một cuộc tình đáng xấu hổ. Và đáng ghen tị, nếu nghĩ đến khả năng sinh lý vượt trội của người da đen.

Cộng đồng Việt Nam thì phức tạp hơn. Đa số người Việt Nam vẫn giữ lập trường của dân da trắng cực hữu. Họ gọi da đen là "mọi đen" và vẫn nhìn thổ dân Mỹ như "mọi da đỏ" theo kiểu phim cao bồi trên truyền hình thời Mỹ đổ quân sang miền Nam. Họ dị ứng với màu da. Họ chẳng thà bị một ông chủ da trắng sai khiến hơn có một anh bạn da đen giúp đỡ – một nhà văn Việt Nam đã than thở như vậy với tôi. Dẫu sao tôi vẫn hy vọng rằng, tuy họ công khai kỳ thị da đen, nhưng tôi bề nào cũng mang họ Nguyễn, mẹ tôi là người Việt, và những thành phần bảo thủ trong cộng đồng cũng đã bớt dần theo năm tháng. Tôi biết, một số người vẫn lấy làm tiếc vì nước da ngăm của tôi, những sợi tóc xoăn của tôi, đôi môi thâm của tôi, và cái tên kỳ quặc của tôi. Cái tên mang mùi bom tự sát (hay mùi crap/cứt).

Người Mỹ gốc Phi Châu thì khác. Đương nhiên họ coi tôi là người của họ. Họ thâu nhận tất cả những thành phần lai đen, dù chỉ một giọt máu đen, dù chỉ một phần ngàn DNA đen, anh cũng vẫn là đen. Đen là chủng tộc bao dung nhất.

Đâu ai biết tôi đã cặp với anh chàng da đen xuất thân từ nguồn gốc nô lệ. Đâu ai hay rằng tôi đã từng bồ với một cô gái Việt Nam trăm phần trăm đến từ thành phố Hồ Chí Minh. Những chi tiết này chẳng dính líu gì đến lý lịch đang viết dở của tôi.

Nhưng nếu như ban tổ chức khám phá ra tôi là người yêu của "Miss Saigon?"

&

Càng ngày lý lịch của tôi càng sinh chuyện rối rắm.

Ai đó đã tung tin đồn tôi có người bạn thân tên Nguyễn Ái Quốc hiện du học ở UC Berkeley. Và tôi trở thành thân cộng. Họ phát hiện thêm mẹ tôi có người cậu tên Atula Mehicabab. Lý lịch mẹ tôi trở nên khả nghi.

Không ai biết rằng thời ở Việt Nam mẹ tôi đã là nạn nhân của chủ nghĩa lý lịch. Ở nơi đó, lý lịch là một bi kịch, mà không lý lịch lại càng bi kịch hơn. Mẹ tôi sẽ chẳng cần sang Mỹ nếu như lý lịch bà có chỗ đứng ở Việt Nam. Mẹ tôi tới Bolsa năm 1992, sống độc thân, đến năm 1995 thì chửa hoang, sinh ra tôi. Cũng có thể mẹ tôi bị một gã da đen vô gia cư nào hãm hiếp, và tôi là kết quả của tội lỗi đó.

Người ta lại khởi động một chiến dịch khác nhằm truy lùng tung tích người cha bí mật của tôi. Một lý lịch hoàn chỉnh nên có một người cha gương mẫu. Lý lịch cũng như văn chương, cần có người viết, hoàn cảnh viết, nhà xuất bản, năm xuất bản... Nói chung mọi tác phẩm đều phải có tác giả, nếu không nó chỉ là sự vu khống. Còn bây giờ sự ngược ngạo lố bịch đang xảy ra: những điều mờ ám về thân thế tôi đang trở thành lý lịch chính thức của tôi.

Một nguồn tin khác cho thấy thông tin về DNA của tôi đang phát tán trên internet. Đây là kết quả điều tra của họ:

Mẹ tôi đến ngân hàng tinh trùng, xem sét từng hồ sơ, và mất 3 tháng trời để tìm ra một con tinh trùng lý tưởng nhất cho tôi. Theo hồ sơ của 47 năm trước, đó là tinh trùng của một người đàn ông lai chủng, nửa trắng nửa đen, học thức rất cao, có lý tưởng xã hội, thích nhạc Bach, tranh Picasso, tư tưởng Gandhi, và khâm phục tổng thống Abraham Lincoln. Đấy là những yếu tố bà muốn tôi phải có.

"Bản chất tôi thuộc về Romney
bốn mươi bảy phần chăm.
Dân ngoan đạo Thiên Chúa Giáo
Những người giàu sẽ đóng thuế nuôi tôi
Đứa nghèo nàn lười biếng
Chuyện vơ vét và ăn bám
Chỉ thích hút cần sa
Và phá thai cho vui
Cả ngày hét nhạc Rap."

(Đây không phải thơ của tôi. Tôi chép xuống từ mạng ngày tròn hai mươi tuổi)

&

Nguồn tin cuối cho biết họ đã tìm ra cha tôi, bằng cách đơn giản nhất là đảo nghịch tên tôi:

A M A B O   K C A R A B = B A R A C K   O B A M A

Bây giờ tôi được biết, Barack Obama, thời gian tranh cử tổng thống đã ngoại tình với mẹ tôi, lúc đó đang ở trong nhóm vận động tranh cử toàn quốc. Tôi là đứa con ngoại hôn. Khi mẹ tôi sanh tôi được 5 ngày, Barack đã đến thăm mẹ con tôi tại một khách sạn trên đường ra phi trường. Cuộc thăm viếng lén lút trong vòng 10 phút. Dường như Barack đã trao cho mẹ tôi một số tiền khoảng 25,000 đô để nuôi nấng tôi (về khoản này, họ đã pha trộn và lẫn lộn với các ứng cử viên Dân Chủ khác). Họ tìm thêm nhiều bí mật nữa, đó là tôi đạo Hồi, tôi nằm trong tổ chức của dân Ả Rập quá khích, tôi ghét nước Mỹ, tôi phản quốc, tôi chơi thân với nhóm khủng bố, y hệt Barack bố tôi.

Những tờ báo đồng loạt chửi bới tôi, những đài phát thanh nhục mạ tôi, vô số lời hăm dọa gửi đến điện thư tôi. Họ hân hoan trong chiến dịch phỉ báng tôi, vì những vết nhơ lý lịch của tôi đã biện minh cho những thành kiến trong đầu họ, đã rửa sạch những vết nhơ của chính họ.

&

Đêm trước khi vào vòng tuyển cuối cùng của cuộc thi lý lịch, mẹ tôi gọi điện cho tôi, bà khóc:

"Con ơi, tụi nó sẽ giết con mất. Con có

muốn một vụ đụng xe trên xa lộ không? Con có muốn một trái bom nổ trước nhà không? Con có muốn lái xe ngoài Bolsa và bị bắn vào đầu không? Con có muốn lý lịch của con bị cắt đứt một cách oan uổng không? Con rút lui khỏi cuộc thi đi."

"Mẹ, con xứng đáng thắng cuộc mà."

"Nhưng không phải thắng cuộc bằng mọi giá."

Đâu phải vậy, tôi nghĩ. Không thể lý luận theo kiểu thắng cuộc bằng mọi giá. Ai lại muốn bị chính cộng đồng mình lăng nhục chứ? Tôi chỉ muốn một lý lịch chuẩn, minh chứng được khả năng, ý chí, sự trong sạch của mình. Tôi đã thấy nhiều lý lịch đang rất tốt bị cắt ngang chỉ vì những vụ tình dục nhảm nhí, sự tham lam quá độ, tính bè đảng và sự giả dối đáng thương của con người. Điều khiến tôi ngạc nhiên là ban tổ chức cuộc thi lấy làm tiếc vì chuyện tôi muốn bỏ cuộc. Họ tìm cách thuyết phục:

"Có ai làm chủ được lý lịch mình? Tất cả, nếu muốn, đều có thể viết vào lý lịch của bạn. Họ viết trong đầu họ, bạn làm gì được họ. Họ viết bằng miệng lưỡi họ, bạn làm gì được họ? Người nổi tiếng không có bản quyền trên lý lịch. Nhưng nếu bạn đoạt giải nhất, bạn sẽ viết, sẽ tha hồ viết thật nhiều hồi ký để dựng lại một lý lịch mới. Những ngộ nhận, mù quáng sẽ hết. Cuộc ám sát lý lịch sẽ chấm dứt."

&

Cuộc ám sát lý lịch sẽ chấm dứt?

Nhiều năm sau, tôi vẫn tự vấn, cái chết bôi xóa lý lịch hay hoàn tất lý lịch? Hay đó là cách tốt nhất để thoát khỏi một lý lịch?

Tôi vẫn là nạn nhân của lý lịch của mình. Những người khảo sát lý lịch vẫn đang điều tra tôi. Đó là cuộc thi mà một khi bước vào sẽ không thể bước ra. Họ tiếp tục bắt tôi viết lý lịch mỗi ngày. Họ bắt tôi viết bằng tốc ký, bằng thu âm, thu hình, quay phim, phỏng vấn. Họ khảo sát thường trực 360 độ, 24 giờ mỗi ngày, 365 ngày mỗi năm, cả những giấc mơ mỗi tối... để dựng một cuốn phim dài chính xác bằng một đời người. Cho nên tất cả mọi thành quả chỉ là tạm thời. Vì tôi vẫn còn đang viết lý lịch và lý lịch của tôi vẫn chưa hoàn chỉnh. Đó là thứ lý lịch thời hậu hiện đại. Đó là thứ lý lịch bị phân mảnh, bị hủy cấu trúc, bị tách rời khỏi căn cước nguyên dạng của nó.

Nhiều năm sau, tôi sẽ hỏi mẹ tôi lần

cuối, rằng cha tôi thực sự là ai. Cha tôi có phải người đàn ông thích nhạc Bach, tranh Picasso, tư tưởng Gandhi, và khâm phục tổng thống Abraham Lincoln? Nói chính xác hơn, cha tôi có phải là một con tinh trùng của người đàn ông lai chủng, nửa trắng nửa đen, học thức rất cao, có lý tưởng xã hội? Mẹ tôi không bao giờ muốn hé môi về chuyện này. Tôi sẽ nhấn mạnh rằng, một lý lịch không cha chỉ là một nửa lý lịch. Có thể mẹ tôi sẽ nhắc tôi rằng:

Đây là trò chơi mang tính loại trừ khi thành công của một người được tạo từ thất bại của kẻ khác.

Lý lịch của kẻ thắng cuộc phải bằng tổng số những lý lịch khác cộng lại.

Điều đáng sợ nhất là khi các lý lịch tự triệt tiêu nhau biến tổng số thành một số không.

Trong trường hợp đó, ban tổ chức sẽ phải chọn một lý lịch bất kỳ để triệt tiêu, dù hèn mọn nhất, tăm tối nhất.

Và sự thật là

Tôi đã bị loại từ đầu.

(còn tiếp, chưa thể nào chấm dứt nơi đây)

Cấy Óc

Dựng lại một người đã chết là điều khó làm.

Vào đúng ngày giỗ năm ngoái của ông ngoại thì tôi nẩy ra ý định dựng lại ông. Ý tưởng này nằm ẩn sâu trong tiềm thức đã lâu, đến ngày giỗ chợt bộc phát như một tai họa không cách nào ngăn cản. Những ý tưởng có tính cách tai họa khi ta không thể nào làm chúng biến đi, như một vết mực hay vết máu. Nhưng lần này, ý tưởng dựng lại một người chết, thoáng nghe có vẻ kinh dị, kỳ thực không có gì là mới. Tôi vẫn thấy đầy dẫy, trên đường phố, trong thư viện, phòng triển lãm, nhất các rạp hát, những con người mới được dựng lại từ những bản sao.

Không phải một, mà nhiều lần liên tục.

Dọc theo thế kỷ vẫn xảy ra những vụ dựng lại người chết, thoạt đầu để tưởng niệm, cuối cùng biến thành động mồ quật mả, một cách bất nhẫn và biếm nhục. Nhẹ lắm thì hóa ra trò hề mua vui (những cuộc vinh danh lãnh tụ, những giải thưởng nhân danh một nhà văn, những viện bảo tàng cho một tổng thống, những tượng đài cho kẻ sát nhân diệt chủng...) Tôi không thể để điều ấy xảy ra cho ông. Ông tôi – tác giả của 5 cuốn sách đã in, của nhiều cuốn sách chưa in, của ngàn bài phóng sự đã đăng báo. Ông tôi – một người dám nói và dám sống theo điều mình nói, đánh đổi ngục tù và cái chết cho lý tưởng, công khai thách đố và chống đối bạo quyền... Một người như vậy xứng đáng được dựng lại nguyên bản, dựng lại theo đúng khuôn mẫu có thật, không chấp nhận một sai sót nào.

Vào tuần thứ ba của tháng 7 (các anh em Nguyễn Tường thường chết vào tháng 7, vì họ gồm 7 anh em tất cả), tôi đã quyết định từ nay trở đi sẽ không làm giỗ nữa, vì làm giỗ không thể dựng lại một người đã chết. Ngày giỗ chỉ là một dấu mốc tạm thời, một gợi nhớ vô vọng về tàn rữa của linh hồn trước vĩnh cửu thời gian.

Dựng lại được người chết thì vẫn tốt hơn đắp mộ hay thắp nhang cho họ. Muốn dựng lại một người đã chết thì phải ngưng ngay việc làm giỗ, vì càng làm giỗ thì càng khiến người ấy chết nặng hơn. Mỗi lần giỗ là một tảng đá chồng lên mộ, xác nhận sự bất diệt của cái chết. Để dựng lại một người đã chết, việc trước tiên là phải công nhận: Người ấy đã chết. Rồi sau đó đi ngược lại cái chết, đi trở về thời gian đã sống.

&

Khởi đầu mọi sự rất khó khăn vì tôi không có đủ chứng tích hay tài liệu về ông. Nhất là ông chết năm 1948, mười ba năm trước khi tôi ra đời. Ông lại chết bên Tàu, và tôi sinh ra ở Việt Nam, điều này khiến việc dựng lại càng thêm phức tạp. Mộ ông theo lời kể của bà Nguyễn Tường Bách, đã bị đào xới dưới chế độ cộng sản Trung Quốc, hài cốt đã tan tác và thất lạc (1) (theo khoa địa lý dịch số thì đây là điểm cực gở, xấu hơn cả chuyện quan tài bị rễ cây đâm ngang, hay nước lụt đẩy trôi ra đường). Hậu quả của chuyện mộ bị phát tán quả là khôn lường. Kể từ năm 1954 trở đi, biết bao đại họa xảy đến cho chúng tôi – kể cả chết chóc, ly tán trong gia đình. Ngay cả danh tiếng ông cũng bị suy xụp đáng kể, một phần vì những lời dèm pha, phần nữa là sức mạnh của một guồng máy chính trị đã biến ông từ một danh nhân thành kẻ tội đồ (2).

Trong viện bảo tàng Văn Hóa, nơi dựng lại những danh nhân đất nước, còn bức tượng Hoàng Đạo đứng cao ngạo trong tư thế nghiêng mình xuống, đôi mắt lộ vẻ xót thương những người nông dân nằm ngồi lẫn lộn dưới chân ông. Tựa đề bức tượng nhằm minh họa ý đồ của tác giả: Người Phú Hào và Lũ Dân Quê. Mỗi lần nhìn bức tượng, vì tôi rất hay phải ra vào nhà Văn Hóa, tôi cảm thấy tức giận, gần như là xúc phạm. Xúc phạm thay cho những người dân quê vì bị đặt nằm dưới chân Hoàng Đạo. Tại sao họ không thể đứng ngang hàng trong mắt người nặn tượng? Một bức tượng làm cẩu thả, lệch lạc kích thước. Toàn thể là một ngộ nhận, một cách nhìn phiến diện, được dựng lên thành biểu tượng. Một việc làm thiếu trách nhiệm với công chúng thưởng ngoạn, tôi rùn vai nghĩ vậy, ước gì mình có thể lấy búa đập vỡ nó đi.

&

"Chúng ta phải dựng lại Hoàng Đạo," tôi

bắt đầu nhồi nhét sứ mệnh này vào đầu những người trong nhà. Thoạt đầu ai cũng cho rằng ý kiến này quá táo bạo và quái gở. Vì chẳng mấy người còn lưu giữ ký ức về ông. Mẹ tôi là người duy nhất biết được tính tình của ông, những tính tình không một ai ngờ đến, như sợ máu, sợ giao thiệp, sợ tiếp xúc, sợ nói trước đám đông, sợ tất cả những gì nghiêm trọng. Vả lại, công việc này không dễ, vì phải tìm lại những cái viết của ông, những văn bản chưa in thành sách (3).

Để làm việc đó, tôi phải góp nhặt lại từ trong trí nhớ của những người còn sống và đã bắt đầu già nua – như ông Nguyễn Tường Bách, mẹ tôi, cậu tôi, các chú bác bên ngoại…, những ghi chép còn lại trên giấy của những nhà văn đương thời, những sách vở cũ nát của những nhà phê bình văn học sử. Đáng lẽ tôi còn phải bay qua Paris, New York, ở trong thư viện quốc gia cả tháng trời để soạn và sao chép tài liệu. May thay, nhờ một giảng viên đại học nhận lời chụp, scan, và gửi qua điện thư mà tôi khỏi phải làm một chuyến đi xa như vậy.

Tôi còn dựa vào lời nói của một người đã chết, những lời nói còn ghi lại trên trí nhớ lờ mờ của tôi, về một người chết trước mình. Nhiều người sẽ nghĩ rằng đó là lời của những nhà báo đàn em (4). Những lời nói ấy kể là đáng tin cậy. Cũng như sau này nhiều người sẽ tin vào lời nói của tôi, khi tôi đã chết đi rồi, vì chẳng còn ai kiểm chứng được.

&

Tôi bắt đầu vẽ một bản đồ dựa vào những dấu mốc ngày tháng trong cuộc đời Hoàng Đạo. Một bản đồ bắt đầu từ địa chỉ 18 & 18 bis đường Lý Thái Tổ (tức đường Amiral Courbet) Hà Nội; đến các tòa án rải rác khắp nước An-nam, quay ngược lại tòa báo Phong Hóa, Ngày Nay. Một dấu mốc màu đỏ nối từ sở Liêm Phóng Hà Nội đến khu an trí Vụ Bản, kéo sang trụ sở bộ Kinh tế thời chính phủ liên hiệp. Một đường vẽ khúc khuỷu vượt biên giới Việt-Hoa dẫn đến Hội nghị Hương Cảng, Côn Minh, Bạch Hạc động, Quảng Châu… Bản đồ kết thúc ở một nhà ga xe lửa, một nghĩa trang thê lương, trên một vùng đất đồng không mông quạnh.

Trên bản đồ ấy, một con đường nối từ số 80 Quan Thánh đến ga Thạch Long được đặt tên là đường Tứ Ly, sau năm 1936 đổi thành đường Hoàng Đạo. Con đường ấy so với các phố cổ Hà Nội thì dài lắm. Cũng dài như khi nối kết toàn bộ những bài báo Hoàng Đạo viết trong mười năm trời (tôi đã tính nhẩm được 300,000 dòng chữ in một cột, hay là 4 ngàn cột báo, hay là một cột báo dài 2 cây số). Một trong những con đường dài nhất, trong lịch sử.

&

Phòng nhì Pháp vừa gửi cho tôi một cái hộp sắt nhỏ, đựng móng tay và móng chân Hoàng Đạo. Một tặng vật bất ngờ. Thì ra sau khi lột móng, họ không vứt đi phi tang mà lại cất trong hộp sắt suốt ba năm tra tấn, và sau đó lưu trữ trong hồ sơ mật suốt sáu mươi năm còn lại. Tôi đọc lướt qua xấp hồ sơ viết bằng tiếng Pháp, trang đầu tiên dán tấm hình chụp năm 1941, tóc húi cua, đeo số tù trên ngực. Thời đó ông còn là một thanh niên mạnh mẽ rắn rỏi, nhìn tôi bằng ánh mắt lì lợm, môi mím chặt thách đố, đúng phong cách tù chính trị thời thuộc địa. Tất cả những chi tiết ấy khiến tấm hình cực kỳ sống động, mỗi lần nhìn tôi đều kiêng nể dè chừng. Người chụp hình hẳn phải là một tay nhà nghề, chụp được tính cách nguy hiểm và ngạo nghễ, chụp được sự phẫn uất câm lặng của người tù, chụp được cả áp lực của người tù lên người chụp.

Cách trình bày móng trong hộp cũng tửa tựa những vỉ móng bột bây giờ trong kỹ nghệ "neo." Khác với móng tay tuy quánh máu khô đặc màu nâu nhưng vẫn còn nguyên hình dạng; móng chân vênh, dúm dó và sứt mẻ, dưới là những ghi chú ngày tháng khác nhau. Thì ra mỗi lần tra tấn họ chỉ bóc đi một cái móng, một cái thôi. Họ lột từ từ, với tất cả nghệ thuật điêu luyện, nhích từ li từ tí, ngưng lại, rồi lấy dao nậy tiếp, để khuếch đại cái đau và sợ hãi đến cực điểm. Đến cái móng cuối cùng thì cái đau đã được ghi vào ký ức. Một ký ức vĩnh viễn. Đến độ sau này chỉ nhìn, hay nghĩ tới chữ "móng," là cảm giác đau lập tức ùa đến khiến người ấy bật tiếng thét thất thanh. Có người đã hóa điên, không phải vì cái đau tra tấn lúc đó, mà là cái đau tái diễn sau này, liên hồi trong trí nhớ.

&

Trong cuốn Tự Điển Danh Nhân Văn Hóa do nhà xuất bản Việt Nam ấn hành, Hoàng Đạo mang khuôn mặt người chết nằm trong quan tài, được trang điểm kỹ càng, và cứng như sáp vì đắp bột quá tay. Những người thực hiện hắn đã "photoshop" lại từ tấm hình in trong cuốn Bùn Lầy Nước Đọng ngày xưa. Họ làm sáng trưng một nửa mặt vốn chìm trong bóng tối (một việc làm phản nghệ thuật), vẽ lông mày phải cao hơn bên trái, tô mắt đen kịt như một hồ mực, và đồ màu son đỏ choét lên môi. Tôi không hiểu vì sao người ta không chấp nhận nửa mặt tối kia. Tấm hình đẹp nhờ phần chìm khuất, như một người đang vừa đi vừa trải cái bóng đằng sau bước chân. Đột nhiên, một lúc nào đó, tất cả những cái bóng được vẽ thêm chi tiết, màu mè, cho đến khi chúng mặc quần áo, có mặt mũi, trở nên giống y người thật. Tôi đã nhìn thấy những hình người hóa hai, một đứng một nằm trên đường phố, như những cặp sinh đôi dính nhau ở chân. Y hệt một đoạn phim ma quái tôi đã xem hồi nhỏ.

&

Đầu tháng 9 thì thư viện quốc gia gửi cho tôi một thùng lớn đầy những bài phóng sự của ông, những tài liệu đăng báo trong thời gian 1935 đến 1940. Trong một lá thư gửi cho người nhận (là tôi), người quản thủ thư viện viết:

"Chúng tôi rất tự hào đã làm tốt công

việc bảo quản những bộ óc của danh nhân nước nhà. Về mặt này chúng tôi làm tốt hơn khâu nhà xác bệnh viện. Bệnh viện là nơi chứa thịt và máu. Còn thư viện là nơi lưu trữ óc, một hình thức tồn tại cao hơn hẳn sự tồn tại của hơi thở và sự sống (…)

Việt Nam ta có truyền thống cấy óc như một dạng văn hóa, cũng không cấm đoán việc cấy các phôi thai. Nhưng vì các cuộn não đã nhiễm độc chất cực nặng, tuyệt đối cấm dùng óc này để cấy lên thành óc khác. Thứ óc này chứa độc chất châm biếm cực nặng, bắn vào ai sẽ bị họ thù cho đến chết. Nhìn dưới kính hiển vi sẽ thấy các nơ-ron não tai quái có cấu trúc như hai chữ Tứ-Ly viết xoắn vào nhau (…) Trong tương lai, nếu ông/bà cần thêm óc, chúng tôi rất vui lòng nhận thêm đặt hàng…"

"Hàng" đây là một thùng gỗ hình dạng như cái áo quan thu nhỏ, thể tích khoảng một thước khối, in chữ "Hàng Việt Nam – Chất Lượng Cao" và đóng dấu ĐÃ KIỂM TRA. Tuy rất cảm động vì điều mình mong đợi đã đến kịp thời, tình huống trở nên khôi hài do chuyện bao bì. Nhất là vì nó giống cái áo quan, mà áo quan lại là cách chơi chữ xỏ xiên của Hoàng Đạo mỗi lần diễu các ông quan (5).

&

Người ta có thể chạm vào quá khứ, chạm vào lịch sử, chạm vào bí ẩn. Như cách tôi chạm vào những tờ báo. Trong thùng gỗ là một linh hồn bị giam giữ đã lâu – hơn nửa thế kỷ, một linh hồn chống đối, đam mê, dữ dội, một linh hồn không chịu khuất phục số mệnh – dù một số mệnh đến sau cái chết.

Cho đến lúc đó, tôi vẫn tin rằng chuyện đi ngược thời gian là khả thi. Cũng như việc xây dựng lại người chết là có thể, để cứu vãn một điều đã xảy ra, và xảy ra sai lầm. Nhưng những điều tìm thấy và đọc được sẽ làm thay đổi suy nghĩ của tôi.

Dẫu sao tôi cũng may mắn tìm được những bài viết chưa hề công bố, chưa được đăng báo, thỉnh thoảng kèm theo ghi chú của ông với bút tích sắc và nghiêng, chữ cứng và thoáng. Tôi đã dùng máy scan lại và in ra những trang dưới đây. Trang 1 và trang 5 là những ghi chú như trối trăn. Những trang giữa là bản thảo về một vụ xử án mà trong đó ông là tội nhân, phiên tòa xử ở tòa án thời Pháp thuộc.

(trang 1)

ghi chú 1: *Đừng tin rằng đây là lời nói của tôi. Hãy kiểm chứng lại. Cũng đừng tin vào một gia phả bất di dịch, truyền từ đời này sang đời khác, như một xác ướp. Nếu như ký ức gia phả tiếp tục suy giảm, hay biến dạng, thì cũng không phải điều bất hạnh.*

ghi chú 2: *Người ta nên sống bằng cách đi tới tương lai. Đừng dựng lại một người đã chết.*

ghi chú 3: *Sẽ có một cuộc vận động để bỏ quên Hoàng Đạo. Bỏ quên ngay từ trong lòng gia đình. Sự quên lãng sẽ đến vào ngày giỗ mỗi năm, khi trên bàn thờ vẫn còn tấm ảnh chụp năm 30 tuổi, khi trên kệ sách và những nhà sách vẫn còn vài tác phẩm quen thuộc trưng bày. Một cái chết được trưng bày, nói như thế đi. Dù chết là một cách vượt qua giới hạn thân xác, dù chết là một cách kéo dài linh hồn, không cái bóng nào cứ dài ra mãi vào lúc hoàng hôn.*

ghi chú 4: *Trong suốt thời gian làm báo, Hoàng Đạo đã dựng lên nhiều vụ án. Khi Hoàng Đạo chết rồi, hẳn thiên hạ sẽ đem Hoàng Đạo ra xử án lại. Vì vậy Hoàng Đạo viết sẵn những dòng này, gọi là Hậu Trước Vành Móng Ngựa.*

Người đời sau sẽ nhớ tới Hoàng Đạo dưới hai thái cực, và cách nhớ sẽ vô cùng phức tạp. Đó là điều Hoàng Đạo muốn.

(trang 2)
bản thảo- Hậu Trước Vành Móng Ngựa

Người Mắc Tội Nhìn Xuống - phần 1
Nhìn lên, nhìn xuống, hay nhìn ngang đều có thể là phạm tội. Một người có tội không bởi cách họ nhìn, mà bởi cách người ta nhìn họ. Hoàng Đạo đang bị đưa ra tòa về tội nhìn xuống. Đây là lần đầu tiên người miền Trung và Nam đòi xử Hoàng Đạo (còn ở miền Bắc thì những người cộng sản đã thi hành án từ lâu). Hôm đó ra tòa còn một số nhà văn, cùng độc giả. Gia đình Hoàng Đạo không ai có mặt.

Ông Chánh Án – Ông có nhận tội của ông không?

Hoàng Đạo (mặt hãy còn hốc hác vì vừa ở tù ra) – Tội gì?

Ông Chánh Án (mỉa mai) – Ông còn khéo vờ…Ông bị buộc vào tội "nhìn xuống," ông còn chưa biết?

Hoàng Đạo (mỉm cười) – Tôi không hiểu? Nhìn xuống mà là có tội?

Ông Chánh Án (cũng mỉm cười) – Chứ còn gì nữa? Ông có nhận đã viết Con Đường Sáng không?

Hoàng Đạo (gật đầu) – Vâng. Tôi viết chung với ông Nhất Linh.

Ông Chánh Án (gật gù, ra dáng hiểu biết) – Ông Nhất Linh thì tòa để cho lịch-sử xử (6). Hôm nay tòa chỉ xử ông thôi. Theo nguồn tin của các nhà nghiên cứu thì trong Con Đường Sáng ông lấy tên là Duy, tuy ông trá hình nhưng lừa được thế nào người đọc.

Hoàng Đạo – Nhưng Duy là một nhân vật. Tôi viết tiểu thuyết chứ có viết hồi ký đâu mà tòa bảo Duy chính là tôi.

Thì ra vậy. Nhưng ông Nguyễn Văn Xuân lại không nghĩ vậy, cứ khăng khăng Hoàng Đạo đã mắc một tội rất lớn, tội "nhìn xuống" của Duy. Ông Nguyễn Văn Xuân ra khai, cầm trên tay một chồng sách, lẫn bản thảo để làm bằng chứng.

Nguyễn Văn Xuân (giơ tay thề)– Tôi nói có sách mách có chứng, chính ông Vũ Ngọc Phan đã *bảo thế, trong quyển Nhà Văn Hiện Đại.*

Đoạn ông dở sách ra đọc: "Cái khuynh hướng thương xót người nghèo của Hoàng Đạo vẫn còn là cái khuynh hướng của người phú hào nghiêng mình xuống hạng thấp kém mình."

Ông Chánh Án (nhìn bị cáo) – Người ta bảo thế, ông nghĩ thế nào? Câu ấy có đúng không?

Hoàng Đạo – Ông Vũ Ngọc Phan chưa đọc hết những thứ khác tôi viết. Ông ấy tưởng những thứ kia cũng giống hệt Con Đường Sáng. Có nghĩa là tôi đã viết cả ngàn quyển Con Đường Sáng. Rồi ông ấy lấy hành động của nhân vật gán cho tác giả. Nếu phê bình dễ thế thì tôi cũng muốn làm nhà phê bình lắm. Còn tất nhiên truyện tôi viết ra, văn tài hay hay dở thì các nhà phê bình cứ việc phê bình, nếu quả thực họ có tài năng và kiến thức để phê bình.

Ông Chánh Án (chế diễu) – Ông biện bác giỏi lắm, thảo nào người ta bảo ông là chuyên viên 'đấu kiếm một lưỡi' (7). Nhưng có người lại không nghĩ như ông.

Quả vậy. Ông Nguyễn văn Xuân đang có

những ý tưởng rất mới và độc đáo về ông Hoàng Đạo. Ông nhất quyết phải trình tòa và công chúng đi xem.

Nguyễn Văn Xuân (buộc tội) – Ông ấy chính là Duy. Mà Duy là phú hào, là giai cấp bóc lột, là thanh niên tiểu tư sản trụy lạc, theo chủ nghĩa cá nhân nông cạn và hời hợt. (chỉ vào Hoàng Đạo) Lòng thương người của ông ấy là giả nhân giả nghĩa. Bao nhiêu sách vở đã minh xác như thế rồi. Tôi còn bằng chứng cả đây.

Ông Chánh Án (vui vẻ) – Nếu có bằng chứng thì tốt quá. Ông đưa bằng chứng ấy cho tòa đọc, xem tên sách và tên người viết.

Nguyễn Văn Xuân (đưa cho ông Chánh Án) – Tất cả đây. Ông sẽ thấy người ta mạt sát Hoàng Đạo, và mạt sát đúng như thế nào.

Ông Chánh Án (lẩm nhẩm đọc) – Từ Phong trào Duy Tân đến Tự Lực Văn Đoàn, Hoàng Đạo và Con Đường Sáng (8). Tác giả là ai? À, Nguyễn Văn Xuân. À, ra tất cả đều là sách của ông. Thảo nào mà ông dùng làm bằng chứng. Thế thì tiện thật.
Tiện thì rất tiện. Nhưng khổ nỗi vì bằng

chứng bên nguyên cáo đưa ra là do bên nguyên cáo sáng tạo, thành thử bị coi là không đủ giá trị, hay chỉ có giá trị như lời tố cáo.

Vì một lý do không rõ, ông Hoàng Đạo không được quyền có trạng sư, và những nhân chứng của ông Hoàng Đạo hôm ấy đều bị mật thám bắt đi tù cả, nên tòa bãi, hẹn tuần sau sẽ xử tiếp. Thành thử ông Hoàng Đạo có nhìn xuống hay không, và nhìn xuống nghĩa là gì, nhìn xuống có lỗi thế nào, thì vẫn là bí mật. Muốn hiểu thì phải đọc ông Nguyễn Văn Xuân.

(trang 3)
Hậu Trước Vành Móng Ngựa
Người Mắc Tội Nhìn Xuống – phần 2

Tòa xử tiếp vụ án Hoàng Đạo nhìn xuống. Hôm ấy các ông toàn quyền, thống sứ, các ông nghị, và các ông chủ tư bản cũng có mặt để kiện Hoàng Đạo về nhiều tội khác. Đúng là họa vô đơn chí. Bị cáo vốn hay mỉa mai châm chích nên bây giờ đang bị luật nhân quả phản hồi. Trong cử tọa hôm ấy, nhiều người xì xào bảo nhau:

- Ai bảo đòi phá đình, ai bảo diễu thần làng, ai bảo dám xem tế lễ là trò đùa. Thánh vật đấy.

- Ai lại đi diễu nhạo cả Diêm Vương lẫn Khổng Tử bao giờ.

- Lại còn đụng đến động Tân Dân nữa.

- Lại dám phạm thượng các quan lớn nữa.

Ông Chánh Án (*vẻ hào hứng vì sự có mặt của những nhân vật cực kỳ quan trọng*) – Các ông cũng kiện ông Hoàng Đạo về tội nhìn xuống phải không?

Ông Toàn quyền (*dõng dạc*) – Ông ấy bảo nếu mẫu quốc không giao quyền tự trị lại cho dân An Nam thì nhục cho văn minh nước Pháp. Rồi ông ấy bảo tôi thi hành chế độ mộ phu tức là dung túng chế độ nô lệ trá hình (9).

Ông Thống sứ Châtel (*lưỡng lự vì không hiểu tội nhìn xuống là gì*) – Tôi không biết ông ta có nhìn xuống không, nhưng cách nhìn của ông ấy khinh người lắm. Ông ấy đòi tôi bỏ thuế thân và các thứ quan thuế khác, tôi bảo còn sớm quá, thế là ông ấy bảo tôi bất công, bóc lột và bần cùng hóa dân Annam. Dân An Nam quả thật đã bần cùng đến cực điểm, còn làm sao mà bần cùng hơn nữa được.

Ông Toàn quyền Brévié (*lại dõng dạc*)– Ông

ấy xuyên tạc ý tôi. Tôi chỉ nói trình độ và tư cách báo giới ở xứ này còn hèn kém lắm, đó là một sự thật. Thế mà ông ấy dám bảo là tự do ngôn luận dưới quyền tôi thì biến tướng. Dám bảo tôi là vặt lông cắt cánh con chim tự do (10).

Vừa nói ông vừa nhún vai, như thể chuyện cắt lông chim là cực kỳ vô nhân đạo. Việc gán hành vi ấy cho ông là một sự xúc phạm không thể nào tha thứ.

Một tiên cáo nữa là chủ mỏ than, một người Pháp béo tốt, tướng mạo phương phi, đúng tác phong của một nhà đại tư bản. Trông mặt mà bắt hình dong thì ông không phải người xấu bụng. Ông bị Hoàng Đạo vu oan, ông đâu có thiếu lương tâm như thế:

"Tôi không trả tiền tai nạn lao động vì các công nhân họ mưu mô lắm. Họ tự chặt tay chặt chân để đòi lãnh tiền bồi thường (11). Nhưng tôi không nói họ rủ nhau tự sát để lãnh tiền làm ma (12). Đấy là ông ấy vu cáo cho tôi."

Hoàng Đạo (giọng diễu cợt) – Thì chỉ có cách tự sát họ mới hưởng được tiền của họ. Không tiêu được ở dương trần thì tiêu ở âm phủ vậy.

Ông Chánh Án (nhìn bị cáo) – Thế nào, ông có nhận các tội vừa kể không?

Hoàng Đạo – Tôi có viết bài đả kích thật, nhưng không phải công kích cá nhân. Tôi chỉ công kích việc làm của các ông ấy thôi. Cũng như phê bình các ông nghị hay quan trường hay các đồng nghiệp, mục đích là để cho tiến bộ, không phải để dìm người. Tôi giữ lễ độ của người có giáo dục, mai mỉa sâu sắc đến đâu cũng vẫn có thể ở trong sự lễ phép được (13).

Các ông nghị (đứng cả dậy, nhao nhao phản đối) – Ông ấy chỉ cãi lấy được, không có số báo nào mà ông ấy không chế diễu chúng tôi, bảo chúng tôi chỉ biết gật, chết xuống âm phủ vẫn gật, không đại diện cho dân, không phải là dân biểu.

Ông Chánh Án (đùa)– Quái, các ông không phải dân biểu thì còn ai làm dân biểu được nữa. Việc gì mà phải tức?

Một ông nghị – Nhưng ông ấy bảo chúng tôi là chính phủ biểu ạ.

Cử tọa cười rộ lên, đến ông Chánh Án cũng

phải nhếch mép một cách kín đáo.

Ông Chánh Án (nhìn bị can, lấy giọng nghiêm khắc) – Ông có biết nhạo báng người khác là phạm tội nhìn xuống không? Ông đã phạm tội nhìn xuống với các ông Nghị viên, ông Thống sứ, ông Toàn quyền. Đó là một điều bất kính. Ông chỉ được quyền nhìn xuống với những hạng người thấp kém hơn ông thôi. Như nông dân, như thợ thuyền, như phu đồn điền chẳng hạn.

Hoàng Đạo (cố cãi) – Nhưng tôi có nhìn xuống đâu? Tôi chỉ dùng tự do ngôn luận để chất vấn chính quyền. Tôi chỉ tìm cách bênh vực những người khốn khổ.

Ông Chánh Án (gằn giọng) –Thế là ông nhìn xuống rồi! Nhìn xuống có nhiều cách lắm ông không biết à? Mà ông có nhìn xuống hay không cũng không quan trọng. Cái quan trọng là người ta bảo người ta nhìn thấy ông nhìn xuống.

Vụ án nhìn xuống lại phải hẹn đến tuần sau, vì có nhiều người đòi ra làm chứng tiếp cho Hoàng Đạo. Người ta cũng biết những vụ án như thế xử rất lâu, có thể kéo dài hàng thế kỷ. Nhiều khi đã xử xong rồi, lại phải đem ra xử lại. Những vụ án làm hao tốn nhiều giấy mực, nguyên tắc, lý lẽ và nước bọt. Cũng có người bảo đó là cách tốt nhất để trở nên bất diệt.

(trang 4)
Hậu Trước Vành Móng Ngựa
Người Mắc Tội Nhìn Xuống – phần 3
(tiếp theo)

Hôm ấy bị can trông mệt mỏi và già hẳn, mới có vài tuần mà già đi cả hàng chục tuổi. Má hóp, râu để lởm chởm, thần sắc suy nhược rõ rệt. Nghe nói bị can mới bị choáng váng rồi ngất đi vì bệnh tim. Bị can đã bị ngất đi bốn lần cả thảy, một lần ở tòa báo, một lần lúc tra tấn, một lần lúc đứng mặc niệm với chính phủ liên hiệp, một lần nữa trên toa xe lửa tốc hành ngang trấn Thạch Long. Tất cả những lần ngất đi ấy đều đúng vào giờ Hoàng Đạo.

Ông Chánh Án – Thế nào, hôm nay ông đã khỏi hẳn chưa? Và ông có nhận tội nhìn xuống không?(phàn nàn) Khổ quá, biết đến bao giờ tôi mới thôi phải hỏi ông câu ấy?

Hoàng Đạo (bám vào thành móng ngựa vì chóng mặt) – Tôi không nhìn xuống. (thành thực)

Vì mệt tim mà nhìn xuống dễ bị chóng mặt lắm. Tôi thích nhìn thẳng hơn. Với ai cũng thế, với vua, với ông toàn quyền, với triệu phú hay với dân quê. Tòa nên phạt tôi về tội nhìn thẳng thì hơn. Tôi sẽ đưa bằng chứng để cho toà đỡ mất thì giờ.

Ông Chánh Án (bình phẩm) – Ông có tật hay nói mỉa, tật ấy đã gây cho ông vô số kẻ thù mà ông còn bỡn được. Vụ án này cũng do chính ông gây ra cả. Gọi nhân chứng ra đây.

Một nhân chứng quan trọng hôm ấy là ông Vu Gia, một nhà văn, nhà báo và nhà biên khảo. Để ra làm chứng, ông đã phải soạn nhiều cuốn sách công phu, lại phải đọc hơn mười năm báo Phong Hóa và Ngày Nay cộng lại.

Vu Gia (giơ tay thề) – Tôi đã nói rồi và tôi phải nói lại: báo Ngày Nay vào cuộc đấu tranh với chính quyền để dành cơm áo cho dân cày, họ có tấm lòng với những người cùng khổ, chứ không phải họ đóng vai "những nhân cách cao thượng nghiêng mình xuống lũ dân quê đói khổ đáng thương" như nhiều người nói. (14)

Ông Chánh Án (châm biếm) – Ông có bằng

chứng gì không? Xin ông đừng mang chính sách ông viết ra làm bằng chứng như ông Nguyễn Văn Xuân nhé.

Vu Gia (nghiêm nghị) – Thưa ông, tôi có mang theo những chứng cớ lịch sử để giúp cho vụ án được công bằng.

Ông đem trình tòa một thùng gỗ nhỏ hình dáng tựa tựa cái áo quan. Trên thùng có in triện "Hàng Việt Nam – Chất Lượng Cao" và đóng dấu ĐÃ KIỂM TRA. Theo lời ông thì tất cả óc của Hoàng Đạo nằm trong ấy. Ông Chánh Án mở thùng nhón lấy một quyển ở trên cùng, quyển Bùn lầy Nước Đọng.

Vu Gia (vẻ dõng dạc tự tin) – Thưa ông, tôi nghĩ điều cần thiết để xử Hoàng Đạo cho công minh là phải đọc hết những gì Hoàng Đạo viết. Mà để đọc hết những chữ trong cái thùng này phải mất ít ra là một tháng. Mong tòa để đến tháng sau hãy xử.

Nhưng ông Chánh Án cố nhiên là không muốn đọc. Ông chỉ liếc qua các chương sách, rồi tủm tỉm cười thú vị như đã tìm ra chân lý:

"Bằng chứng đây rồi. Ông là trí thức thành thị mà lại đi viết về tệ nạn thôn quê. Chẳng nhìn xuống thì còn là gì nữa? Tang chứng rành rành chối làm sao được? Ai bảo ông bênh vực họ, tìm cách cứu vớt họ, rồi lại còn đòi 'giáo dục họ đến ánh sáng của sự văn minh nữa' (gằn giọng). Bút sa gà chết. Tôi nói thật: chỉ riêng cái tựa sách Bùn Lầy Nước Đọng cũng đủ kết tội ông rồi."

Đoạn ông gấp sách lại, quẳng vào thùng:

"Tôi có lời thành thực khuyên ông, nếu có viết thì tránh đừng đá động gì đến dân quê nữa. Nguy hiểm lắm. Chính trị cả đấy."

Rồi với giọng ôn tồn pha lẫn thương lại, ông Chánh Án an ủi bị can rằng nhìn xuống là tội mà cũng không hẳn tội. Tùy người, tùy lúc, lại tùy thời nữa. Thôi thì ông Hoàng Đạo cứ kiên nhẫn chờ đợi, sẽ có lúc được xử lại. Mười năm, hai mươi năm, năm mươi năm nữa biết đâu. Còn nếu chẳng may ông Hoàng Đạo chết vì bệnh tim thì đành chịu. Bản án ấy sẽ là chung cuộc, một bản án đời đời.

Vì ai cho người chết cái quyền được nói?

(trang 5)
ghi chú 5: *Không ai muốn đời đời đứng*

trước vành móng ngựa.

(…)

ghi chú cuối cùng: Người chết không có quyền chọn tư thế để quay lại cuộc đời. Đó là đặc quyền của người sống trên người đã chết.

Thời gian đọc tất cả chữ trong cái thùng gỗ ấy, tính ra là hơn một tháng, đúng như lời ông tiên đoán về một tương lai sau cái chết của ông.

Lại sắp đến ngày giỗ, trời u ám và tôi không có đủ thời gian để làm công việc dựng lại người đã chết. Không bao giờ đủ thời gian để đi ngược về quá khứ, vì quá khứ mênh mông quá. Tôi buồn bã như thể đánh mất một điều quý giá, đồng thời nhẹ nhõm như thoát khỏi gánh nặng. Vả lại ông đã dặn đừng dựng lại làm gì. Có lẽ ông sợ cách dựng lại của tôi sẽ biến ông thành một hình dung quái dị: một người cùi cả móng tay lẫn móng chân, thỉnh thoảng lại ngất đi vì tim đập chậm. Một người nửa mặt tối đen như phim âm bản. Một người chưa rõ hình dạng. Một người với bộ óc phát tán, thất lạc, nằm trong những nghĩa địa bị khai quật vô tội vạ, những lịch sử được viết lại một chiều dưới cách đọc của người không muốn đọc.

&

Chúng tôi vẫn chơi trò đưa đám vào ngày giỗ của ông. Một ngày giỗ lớn trong họ, nhà đầy người, và những người lớn đều bận rộn, để mặc trẻ con muốn làm gì thì làm. Chúng tôi lúc đó từ 5 đến 11 tuổi, luôn luôn cãi vã tranh giành nhau quả trứng cúng trên bàn thờ. Trong lúc người lớn ăn cỗ và chuyện trò thù tạc, chúng tôi rủ nhau ra vườn làm đám ma, đắp mộ và khóc than thảm thiết. Đứa nào khóc lâu nhất sẽ thắng cuộc và được ăn trứng luộc. Bên cái huyệt (giả) ngoài vườn, có một bông hoa vạn thọ, một ít trái cây, một chai nước ngọt, và tất nhiên quả trứng luộc mang từ bàn thờ xuống.

Đến lúc làm lễ thì chúng tôi khựng lại. Nên chọn nghi lễ nào cho ông? Chúng tôi không biết nên theo đạo gì, đạo Phật hay đạo Chúa, đạo Khổng hay đạo Hồi? Vì con người hay phải bám vào một thứ tôn giáo để thực hiện niềm tin; chúng tôi nhân danh tất cả mọi tôn giáo, mọi thượng đế để cầu nguyện cho ông được mồ yên mả đẹp. Có một lần tôi khóc rất lâu, khóc mãi trong khi những đối thủ đã bỏ cuộc. Không hiểu chính tôi làm tôi khóc hay ông đã linh thiêng xui khiến. Nhưng tất nhiên một đám tang rất cần có nước mắt, nên tôi khóc trong một nỗi buồn dễ chịu. Không bao giờ tôi quên được lần khóc đó (ước gì những lần khóc trong đời đều như thế).

Sau khi làm lễ, chúng tôi xây mộ cho ông, thay thế cho cái mộ bên Tàu đã bị phá hủy. Mộ chỉ là một cái hộp giấy trong đựng mấy quyển sách. Nhưng có mộ vẫn hơn không. Đối với những đứa bé, đây mới chính là mộ thực, đụng chạm được bằng tay và xây dựng bằng chất liệu rất dư thừa: tưởng tượng. Mộ này giá trị hơn những xương cốt mục rã, hơn những bia đá cẩm thạch, hơn những long mạch đế vương. Mộ này là óc, là tinh thần, là linh hồn còn sót lại và còn tươi sống. Chúng tôi xây mộ với hy vọng óc ấy không bị hủy hoại, óc ấy sẽ được cấy lên trong những óc khác, những óc chưa suy tàn, óc của chúng tôi, chẳng hạn.

Bia mộ viết bằng chữ gì, một đứa hỏi. Chữ Tàu nhé, như mộ ông Nhất Linh ở Hội An, như những mộ theo truyền thống Nguyễn Tường ở Cẩm Giàng, cho đồng bộ và tiện việc. Nhưng chúng tôi không biết viết chữ Nho. Vì ông đã chủ trương theo mới, nên mộ của ông cũng nên hoàn toàn theo mới. Không chút do dự (15), chúng tôi viết nguệch ngoạc những dòng quốc ngữ như sau:

mộ của ông
nhà báo – nhà văn
sinh năm 19XX – chết năm 19YY

Một nấm mồ sơ sài, nhưng bao la, không giới hạn thời gian. Những đứa bé không nhớ năm chết và năm sinh của người trong mộ. Chẳng để làm gì. Đằng nào người ấy cũng chết rồi, và sẽ còn chết mỗi năm, vào ngày giỗ.

(viết xong năm 2005 – sửa chữa lại 2008, để tưởng niệm 60 năm ngày Hoàng Đạo qua đời)

Chú thích

1. Mộ xây lại khang trang năm 1949 khi vợ Nguyễn Thị Nhã và con gái lớn Nguyễn Minh Thu sang Tàu. Sau này khi cộng sản Trung Quốc thực thi các phong trào ruộng đất họ đã san bằng nghĩa trang, đào xới và trộn tung các hài cốt trong huyệt mộ.

2. Ở miền Nam tuy hai tác phẩm *Con Đường Sáng* và *Mười Điều Tâm Niệm* của Hoàng Đạo được đưa vào chương trình giảng dạy của bộ giáo dục, khối lượng đồ sộ những bài phóng sự và những bản thảo

quan trọng đã bị thất lạc vì chiến tranh, do đó nhà phê bình Nguyễn Văn Xuân chỉ biết đến ông qua hai cuốn *Con Đường Sáng* và *Mười Điều Tâm Niệm* như kiến thức phổ thông bất cứ học sinh trung học nào. Ở miền Bắc trong suốt thế kỷ 20 ông bị lên án là người chủ xướng văn chương lãng mạn, đồi trụy và phản động.

3. Nguyễn Văn Xuân đã nhầm lẫn khi nói: "Hoàng Đạo đâu có dám góp hết tất cả các bài báo của ông để in thành sách mà phổ biến." *Mười Điều Tâm Niệm, Trước Vành Móng Ngựa, Bùn Lầy Nước Đọng* đều là tập hợp bài viết từ báo. Năm 1938 cuốn *Bùn Lầy Nước Đọng* vừa xuất bản đã bị cấm phát hành. Năm 1940 Ngày nay bị đình bản, Hoàng Đạo bị Pháp bắt và đày đi Vụ Bản. Năm 1943 Hoàng Đạo bị quản thúc tại Hà Nội. Sau đó, do hoạt động cách mạng, do chiến tranh và kiểm duyệt, loạt bài *Thuộc Địa Ký Ước, Vấn Đề Cần Lao* và *Công Dân Giáo Dục* không có điều kiện để xuất bản. Hoàng Đạo mất sớm năm 1948, lúc đó mới 41 tuổi, nếu không chắc ông cũng chẳng sợ gì mà không dám.

4. Ông Như Phong vẫn được gọi là nhà báo của các nhà báo. Khi còn sống ông tự nhận là nhà báo đàn em của Hoàng Đạo. Ông Như Phong đã bỏ ra một phần lớn cuộc đời để thu thập tài liệu về Hoàng Đạo, phần đời ấy đã trở nên hoang phí nếu không muốn nói là vô ích, vì tất cả những gì ông thu thập đã không còn nữa sau cái chết của ông (Như Phong).

5. Áo quan, chữ Hoàng Đạo dùng để đùa các quan lớn. Trên Ngày Nay số 64, mục tranh cười với tựa đề "Đồng Nghiệp":
   - Ông làm nghề gì?
   - Tôi may áo quan, còn ông?
   - Tôi đóng áo quan.

6. Thư tuyệt mệnh của Nhất Linh, viết ngày 7 tháng 7 năm 1963 trước khi tự tử.

7. Một cách nói của Hoàng Đạo để chỉ việc tranh luận hay bút chiến, cũng để diễu động Tân Dân hay in sách kiếm hiệp, là loại sách Hoàng Đạo cũng rất mê đọc.

8. Tựa đề hai bài viết của Nguyễn Văn Xuân, trên Văn số tưởng niệm Hoàng Đạo, số 107 & 108, ngày 15/6/1968.

9. Theo *Vấn Đề Cần Lao* và *Vấn Đề Cần Lao ở Đông Dương* của Hoàng Đạo, một loạt bài đăng trên Ngày Nay, từ số 127 đến số 159

10. Theo "Tự Do Nghiệp Đoàn" của Hoàng Đạo – Ngày Nay số 68, năm 1937 – Mục Từng Tuần Lễ Một

11. Theo "Nạn Lao Động" của Hoàng Đạo, trong mục Từng Tuần Lễ Một, Ngày Nay số 42, ngày 10/1/1937

12. Như trên

13. Theo "Làm Báo" của Hoàng Đạo – Ngày Nay số 91, năm 1937 – Mục Người và Việc

14. Trích từ cuốn *Hoàng Đạo – Nhà Báo – Nhà Văn*, trang 110 – Tác giả Vu Gia

15. Trong *Mười Điều Tâm Niệm* của Hoàng Đạo, điều tâm niệm thứ nhất là:

"Theo mới, hoàn toàn theo mới, không chút do dự."

Đi Tìm Bản
Kinh Thánh Cuối

Tôi là thầy tu dòng Tín Giáo xuất thân từ chủng viện lâu đời nhất thế giới. Tôi là người chép kinh thánh, viết bằng tay, cuốn kinh dầy cộm đi từ Cựu ước đến Tân ước. Cửa sổ chỗ tôi ngồi viết nhìn xuống quảng trường thành phố nơi có những tượng thánh đang tắm nắng. Phòng tôi ngồi viết ngay sát tháp chuông nhà thờ, ngọn tháp cao vút như một thanh gươm xuyên thủng màn trời. Đây là giáo đường trung cổ lâu đời nhất châu Âu. Cuốn kinh thánh tôi chép nguyên thủy là bản xưa nhất mà loài người còn nhớ.

Tôi sống nếp sống thời trung cổ vì tôi vẫn giữ thói quen lưu trữ văn bản bằng cách chép tay, trên loại giấy làm từ vỏ cây là thứ giấy bền nhất có thể chịu đựng được sự tàn hủy của thời gian. Tôi không thể đọc được thứ chữ in trên giấy. Tôi càng sợ thứ chữ dán trên mạng, vì tôi đọc mà mất khả năng hiểu ý nghĩa. Chúng di động, chúng trôi tuột, chúng không bám được vào trí nhớ, vì chúng không cố định như văn bản chép tay. Những gì chép tay là những gì vĩnh hằng. Chữ chép tay là mật mã riêng. Chính những mật mã này khiến việc chép kinh trở nên thú vị. Cầm một bản kinh thánh chép tay có cảm giác hoàn toàn khác với cầm một cuốn sách in trên giấy. Đó là cảm giác run rẩy, như tiếp cận một sự thiêng liêng, và cuốn kinh chúng ta cầm cũng đang run rẩy như một linh vật sống đang ngọ nguậy.

Trên căn gác cổ này có mấy nghìn cuốn kinh viết trên giấy cói. Tôi bị đày ngồi đây chép từ ngày này qua ngày khác. Những cuốn kinh không hiểu sau này có ai tìm đọc không, nhưng chép thì vẫn chép. Thỉnh thoảng Đức Giáo Chủ đích thân trèo 360 bậc thang hẹp lên thăm tôi. Ngài lướt mắt qua những bộ kinh xếp chồng chất từ sàn lên đỉnh trần, kiểm tra cuốn kinh nguyên thủy, đối chiếu với trang giấy tôi đương chép, khen tôi vài lời khích lệ. Rồi chúng tôi sẽ cùng quỳ gối đọc kinh Sám Hối, luôn luôn là kinh Sám Hối mà không phải bài kinh nào khác. Khi ngài đi xuống, cầu thang thường đã phủ đầy bóng tối. Ngài lần theo những vòng thang xoáy, dẫn xuống chánh đường nơi những thầy tư tế đang thắp đợt nến chót trong ngày, cả trăm ngọn nến lung lay như gió hiện hình trong nhà nguyện, như những thiên thần đang trở về dưới dạng linh hồn. Đó là trước giờ cơm chiều của chủng viện. Những lần thăm viếng như thế tôi có thêm rượu đỏ trong bữa tối, và tôi đi ngủ sớm hơn lệ thường, dù không hẳn là say.

Tôi khấn nguyện ở đây trọn đời vì lòng kính mộ ngôi giáo đường này, vì nó là nguồn gốc của tôi, như thể thân xác tôi bắt nguồn từ đá, từ chất đồng của chuông, từ tiếng cầu kinh và tiếng đàn phong cầm cộng hưởng. Tôi cũng quyết định ở đây trọn đời vì Giáo Chủ. Ngài là biểu tượng của niềm tin, của sự thật, của trần thế, của thiên đàng. Uy quyền ngài không phải chỉ trong thời này, mà còn kéo dài những thế kỷ tới. Nhiệm vụ chép kinh ngài giao phó cho tôi cũng là để kéo dài niềm tin đến tương lai. Trong cái thư viện cổ xưa này, cổ xưa bằng chiều dài lịch sử Đấng Cứu Thế, chúng tôi sẽ quyết định tương lai Tín Giáo, hưng thịnh hay suy vong, thống trị hay phế thải.

Những bản kinh cổ mà tôi lưu trữ một ngày kia sẽ tan thành bụi. Chúng cần người chuyển ngữ luôn luôn, nếu không sau này chúng sẽ chỉ là thứ ngôn ngữ chết và như vậy thì niềm tin cũng chết. Không ai am tường việc dịch thuật bằng tôi. Tôi dịch kinh từ tiếng cổ Hy-lạp sang nhiều thứ tiếng khác như Do-thái, La-tinh, Ai-cập, Sy-ri để gieo giống niềm tin vào nhiều ngôn ngữ. Rồi sau này, qua nhiều thế kỷ, chúng sẽ được hiện hình và tái sinh dưới nhiều thứ chữ, Sla-vic, Ả-rập, rồi tiếng Anh-cát-lợi, tiếng Trung-hoa, tiếng Nhật... tất cả những ngôn ngữ xa lạ của những đô hội phồn thịnh phía bên kia biển lớn.

Lời thề trên đỉnh tháp gô-tích

Lời thề của tôi với Giáo Chủ dưới tháp chuông xảy ra vào lúc giữa trưa. Lời thề nguyện bảo vệ niềm tin của Tín Giáo bằng mọi giá. Vào thế kỷ đó, chúng tôi đứng trên đỉnh chót vót của ngôi giáo đường bằng đá trắng pha những mảng xám đen loang lổ – ngôi giáo đường mà mỗi lần chiêm ngưỡng đã khiến những nung nấu điên cuồng trong lòng người dịu xuống. Sau lời thề tôi biết mình đã gắn chặt số phận mình vào căn gác, vào đỉnh cao nhất của thế giới. Sống ở đây, tôi là kẻ gần nhất với trời, với Chúa, với mây, và với vĩnh hằng. Đứng đây nhìn xuống, tôi thấy mình cao cả hơn loài người bên dưới, vì sự tồn tại của tôi không hòa chung với họ. Tôi có thể thấy trái đất đông dần lên như bột nổi bánh mì, thấy các lãnh địa lân cận lan ra những vườn nho như mạch rượu, thấy những rừng ô-liu ép mình chảy ra suối dầu vàng óng, thấy những biên giới vương triều trong nháy mắt rùng mình hóa ra những di tích muối trắng chập chùng vào bất tận. Vào những hôm trời trong vắt pha lê tôi còn thấy cả những thành phố mới mọc và sẽ mọc phía bên kia biển lớn (gọi như vậy vì đây là mặt biển lớn nhất mà loài người khám phá được, cho đến khi chúng tôi tìm ra một cái biển khác lớn hơn).

Lời thề của tôi hẳn đã động đến trời, vì ngay sau tiếng A-men là một trận mưa chuông phủ xuống. Tiếng chuông ngân đã khuếch đại lời thề của tôi. Tiếng chuông trên đỉnh giáo đường cổ xưa u ám này, âm sắc của chúng kiêu hãnh và hối thúc, đập vào linh hồn tôi như một dấu chứng bất tử. Từ đó trở đi hồi chuông trưa trở thành thông lệ của thế gian. Chuông giữa trưa là dấu ấn của Tín Giáo chúng tôi khắc trên thời gian và gõ cửa không gian mải miết, trong một niềm tin không mòn mỏi.

Giáo chủ – kinh thánh – và tri giáo

Chúa đã nói với Thánh Phê-rô trước khi chết: "Hãy nạp gươm vào vỏ, vì hễ ai cầm gươm sẽ bị chết về gươm."[1]

Đức Giáo Chủ cũng có một cây gươm, nhưng gươm của ngài vô hình. Ngài cầm nó trong tay nhưng không ai trông thấy. Người ta chỉ cảm thấy thanh gươm, như thể nó ở khắp mọi nơi. Tôi kính sợ Giáo Chủ không phải vì ngài có thanh gươm, mà vì thanh gươm ấy vô hình, vì không ai biết được đường đi của nó.

Nếu phải mô tả Giáo Chủ, tôi sẽ vẽ một chiếc áo chùng trắng thêu chỉ vàng, vẽ mái tóc bạch kim óng ánh rủ xuống vầng trán khắc khoải, vẽ nét quả quyết trên khuôn mặt uy nghi. Nếu phải dùng lời diễn tả, Giáo Chủ là biểu tượng tối cao về quyền lực, thần uy hơn cả Chúa; vì mắt tôi không thấy Chúa nhưng tôi thấy ngài; vì tai tôi chỉ nghe giọng ngài thay vì giọng Chúa. Đường đi đến Chúa ắt phải băng ngang ngài. Lời của Chúa sẽ được sàng lọc qua ngài. Kinh thánh là ý chí của ngài, tàng hình trong lời Chúa.

Thời gian soạn bộ kinh thánh là thời gian căng thẳng trong quan hệ giữa Giáo Chủ và tôi, vì cách chúng tôi quan niệm kinh thánh thật khác nhau. Khởi ngay từ định nghĩa "kinh thánh" chúng tôi đã không nghĩ giống nhau rồi. Giáo Chủ bảo:

"Kinh thánh là lời Chúa, vì Chúa đã phán như thế. Những vị thánh ghi lại những gì Chúa nói, những gì Chúa làm."

Tôi nói với ngài, "Các vị thánh cũng có thể ghi lại những điều họ tưởng là họ nghe, họ nghĩ là họ thấy. Cũng có thể những điều họ ghi chép là có thật, nhưng còn rất nhiều sự thật khác mà họ không thấy hoặc không nghe."

Ngay tên gọi kinh thánh đã là một điều khó hiểu, vì nó không chỉ là một cuốn kinh, nó còn mang chất "thánh," và từ "thánh" là điều khiến tôi suy nghĩ. Tại sao "thánh?" Chỉ vì chúng được viết ra bởi những vị thánh? Ai là thánh? Các thánh Phao-lô, thánh Lu-ca, thánh Giô-an khi ngồi viết kinh vẫn chưa phải là thánh. Họ chỉ là thánh sau này, khi họ đã chết, khi xác họ đã rã thối trong hầm đá sâu trăm thước dưới chân tôi. Họ chỉ là thánh sau này, khi Giáo Chủ phong thánh cho họ. Hành trình để một xác chết thành thánh có khi dài hơn thời gian sống của một con người.

Thời ấy có rất nhiều kinh sách của Tri giáo[2], giáo phái đối nghịch với Tín Giáo chúng tôi, lưu trữ trong thư viện do tôi quản thủ. Giáo phái này do Ma-ry Ma-đơ-len thành lập, tuy cũng bắt nguồn từ khải thị của Giê-su, nhưng lại rẽ ra một hướng khác hẳn. Họ đi một con đường khác dẫn đến cứu rỗi, họ dùng linh giác và lương tri của họ, họ không dùng lòng tin của chúng tôi... Điều này khiến Giáo chủ không vui. Giáo chủ nói bên Tri Giáo đặt nặng kiến thức và coi nhẹ niềm tin. Ngài lên án họ là ngạo mạn khi quan niệm con người có thể tự thông công với Chúa không cần thông qua giáo hội.

"Niềm tin là điều kiện cần và đủ cho sự cứu rỗi. Giê-su nói, ai tin ta sẽ đến được cùng Cha. Tri Giáo đã đi lầm đường và đã xúc phạm niềm tin của chúng ta."

Tôi thưa với ngài:

"Thưa Giáo Chủ, nếu chúng ta thật sự có niềm tin thì không ai xúc phạm được chúng ta, vì niềm tin ở bên trên mọi xúc phạm và thương tổn."

Lời nói của tôi khiến ngài hài lòng, nhưng

tôi lại hồ nghi chính mình, vì niềm tin của tôi đang thay đổi, ngoài ý muốn của tôi. Những gì tôi đọc là cánh cửa mở ra một con đường mới trong tôi. Một con đường mòn đã phủ bụi thời gian, một con đường bị treo bảng cấm vào, một con đường mà có người nói là ngõ cụt, có người nói dẫn đến thiên đàng. Giáo chủ nói đó là con đường lầm lạc vì Phê-rô đã trở thành dòng chính và Ma-ry mãi mãi đứng bên lề[3]. Thánh kinh cũng có những dòng chảy ngầm. Nó là câu chuyện do quyền lực phụ hệ kể lại. Việc đọc những cuốn kinh ngoài lề khiến tôi dần nhìn khác đi, nghĩ khác đi, trở nên một cái tôi khác, một thầy tu khác. Chúng thật sự là những cuốn kinh khai ngộ, hiểu theo nghĩa đó. Hay chúng là những cuốn sách tà đạo, cũng hiểu theo nghĩa đó.

Cái đầu của Ma-ry Ma-đơ-len

Ma-ry Ma-đơ-len là người đàn bà có mình mà không đầu, hoặc có đầu mà không mình, và người đời sau chỉ biết một trong hai thứ. Thoạt tiên tôi chỉ biết cái đầu Ma-ry. Cái đầu này chứa những khải thị huyền nhiệm và cả bản đồ chỉ dẫn đường đi của linh hồn. Cái đầu này thông minh xuất chúng và người ta bảo nó đã thu hết mọi lời Giê-su nói. Vì sợ nó gây thêm tổn thương cho niềm tin của chúng tôi, Giáo Chủ đã dùng thanh gươm vô hình lia ngang cổ, chặt phăng cái đầu đi. Từ đó truyền thuyết Ma-ry người đàn bà không đầu đã biến Tri giáo thành một giáo phái huyền bí và ma quái.

Nhưng thanh gươm của Giáo Chủ chỉ có thể cắt lìa mà không thể hủy hoại, cũng không thể khiến những thứ bị cắt lìa biến mất vào hư vô. Những thứ này vẫn tồn tại, nhưng trong một thể khác, trôi chảy lung linh hơn, và dịch chuyển quỷ mị hơn. Nguyên tắc chung của những bí mật là tính hữu hạn của chúng: theo một lời nguyền của dòng Tri Giáo, thời gian lâu nhất để giữ một bí mật không thể quá hai ngàn năm. Sau thời hạn đó những bí mật bị chôn dấu sẽ trồi lên và gây đảo lộn trong lịch sử. Cái đầu của Ma-ry chẳng hạn, nó vẫn lơ lửng giữa những cuộn kinh dài như tờ sớ. Khi mở cuộn sớ sẽ thấy cái đầu nàng hiện ra, kỳ lạ như một điềm báo về nghệ thuật Phục Hưng sau này: mái tóc từng lọn loăn quăn màu hạt dẻ phủ quanh cần cổ dài, làn da trắng ngà như sữa cừu, tia nhìn thống thiết và ngời sáng, một pha trộn giữa hy vọng và vô vọng. Và giọng nói của nàng, đau đớn rỉ rả cất lên từ trang sách, là giọng nói nghèn nghẹn của một cổ họng đang chảy máu không thể nào cầm.

Còn thân hình không đầu của nàng vẫn sống cuộc sống của người dân trong thành Jerusalem. Thân hình này sẽ ra vào kinh thánh của chúng tôi 13 lần cả thảy. Hành trình của thân xác thì cả thế gian đều biết, nó như một câu chuyện điển hình của một người đàn bà tin Chúa: bắt đầu từ việc bị quỷ ám, lấy nước mắt rửa chân Chúa và lấy tóc lau chân Chúa, chứng kiến Chúa bị hành hình đến khi thấy Chúa sống lại. Rồi thôi. Nàng sẽ mất tích ngay sau đó, sẽ bước ra khỏi kinh thánh và đóng sách lại như chúng ta xập một cánh cửa sau lưng.

Thân hình Ma-ry làm mọi việc đó mà chẳng cần có đầu. Vì cái đầu thật ra không cần thiết. Đầu và thân hình nàng là hai tự thể riêng biệt. Nàng mang thân xác phụ nữ nhưng cái đầu nàng khước từ giới tính. Vì Giê-su không bị ràng buộc bởi cái nhìn giới tính. Vì giới tính chỉ thuộc về thân xác, nó là ảo ảnh và sẽ tan rữa khi chúng ta ngưng thở về với Chúa.

Nhưng đó là lời Chúa, tạ ơn Chúa.

Còn trong lời nguyền thì Ma-ry sẽ bị cột chặt vào giới tính của nàng, suốt hai mươi thế ký về sau.

Bản kinh của riêng tôi

Tôi cũng có một cuốn kinh của riêng tôi. Cuốn kinh phát xuất từ suy tưởng và chiêm nghiệm của tôi, một phần là chuyện của tôi với Giáo Chủ. Nếu mai này tôi chết đi, và tôi được phong thánh, thì cuốn kinh tôi viết sẽ được kể là kinh thánh.

Người đời sau cũng có thể đọc nó như nhật-ký, một thứ nhật-ký dòng tu, vì tôi để vào đó nhiều tâm sự: tôi kể những chuyện hàng ngày, như tôi đã viết kinh ra sao, đã dịch những kinh nào, những giấc mơ ban ngày và những gì xảy ra song song với lời kinh, và định mệnh kỳ lạ của những bộ kinh tôi chép.

Ngay trang đầu tiên tôi đã viết như sau: "Ai cầm gươm sẽ chết vì gươm, ai cầm bút sẽ chết vì bút. Tôi viết kinh sẽ chết vì kinh."

Từ đó việc viết kinh trở nên thú vị và mê hoặc hơn, vì những điều tôi viết ra, những dòng chữ hiện hình dưới ngòi bút của tôi sẽ là mê lộ ngoắt ngoéo dẫn tôi về cái chết của mình. Tôi sẽ thành thánh nếu tôi chết khi đang viết kinh, một buổi chiều đầy sương nào đó, sau giờ đọc kinh Sám Hối, giữa những hồi chuông chiều riết róng, khi quảng trường bên dưới rực lên ánh đèn, khi loài người vẫn còn ngơ ngác giữa niềm tin nhà thờ và niềm tin Chúa, khi những cơn mưa đổ đều buồn bã lê thê trong lời nguyện, lúc những ngọn nến cuối ngày thắp lên và Giáo Chủ leo xuống 360 bậc thang gỗ phủ đầy bóng tối.

Thể xác hay tinh thần?

Luôn luôn là một câu hỏi, người đàn bà thông minh hay người đàn bà đẹp, tinh thần hay nhục thể, trí óc hay thân xác?

Đức Giáo Chủ nói, hãy chọn thân xác họ.

Tôi nghe lời Giáo Chủ, tôi chọn nhục thể, tôi yêu Ma-ry Ma-đơ-len. Tôi yêu nàng từ khi đức Giáo Chủ ra lệnh cho nàng đi làm điếm.

Đó là một buổi sáng mùa thu vào thế kỷ thứ sáu sau Thiên Chúa.[4]

Chúng tôi ngồi dưới ánh sáng lọc qua những vòm trần cao vút. Tiếng phong cầm và dàn nhạc đồng ca nâng tâm hồn chúng tôi bay cao hơn những mái nhà. Giáo Chủ đứng giữa điện thờ. Ngài uống nốt giọt rượu cuối đỏ bầm như máu đấng Cứu Thế. Ngài mở đầu bài giảng ngày Chúa Nhật bằng một thông điệp mới. Tiếng ngài vang khắp thánh đường:

"Vâng, các anh em, điều này đã rõ. Chính là Ma-ry Ma-đơ-len. Người đàn bà này đã xõa tóc lẳng lơ, đã lấy dầu sáp thơm thoa mình, đã để xác thịt phạm điều cấm ky."[5]

Giới tăng lữ lặng người nghe sứ điệp, nét mặt họ trầm thống và hơi thở họ phập phồng. Bên dưới lớp áo dòng những dương vật chợt cương cứng nhức nhối. Bài giảng ấy là một thử thách và một rủa xả, nó bắt chúng tôi sinh lòng thèm khát. Ngay giữa giáo đường chúng tôi chứng kiến một cảnh thoát y quái gở khi Ma-ry thay áo đổi vai từ tông đồ sang gái giang hồ. Tối hôm đó nàng tìm đến giường chúng tôi, khỏa thân và tràn trề xác thịt. Chúng tôi đầu hàng và tận hưởng nhục cảm nàng đem đến. Những nhục cảm không phải trả bằng tiền. Những nhục cảm trả bằng một thứ gì khác hơn, pha trộn sự biết ơn thống hối và cả nỗi buồn đắm đuối. Mỗi người trả bằng cái giá mà họ có. Ai có linh hồn thì sẽ trả linh hồn. Ai có quyền lực thì trả bằng quyền lực.

Niềm tin tuyệt đối

Cuộc sống tôi cứ thế trôi qua, lặng lẽ ngăn nắp bên ngoài và hỗn loạn nghi hoặc bên trong. Ban ngày tôi đọc và biên tập kinh, ban đêm linh hồn tôi lẻn xuống quảng trường gặp Mary. Thật khó khăn để tưởng tượng ra cách nàng đón khách thời trung cổ. Những căn phòng hẹp tối và trần thấp, áo xống và chăn gối nồng mùi đồ lót, tiếng chuột rúc dưới gầm giường, và những con bọ chét di chuyển qua lại giữa thân thể chúng tôi đang đổ mồ hôi vào nhau. Nhân dáng nàng cũng thay đổi tùy theo hứng tình của tôi. Nàng mảnh khảnh thanh tao như trong tranh của danh họa Donatello. Nàng đầy đặn vun tròn như người mẫu của Titian. Nàng hiện thân thành người đàn bà tội lỗi, cánh tay chắc nịch của nàng vít đầu tôi, ghì tôi vào bầu vú nàng căng mọng, căng đến nỗi chỉ cần bấu nhẹ thì sữa nhục cảm sẽ ứa ra tràn trề. Đường dẫn đến tuyệt cảm của tôi cũng dài như chiều cao nối căn gác này với quảng trường bên dưới. Nó như chiều không gian thứ tư, chiều của khoái lạc và sự chết. Đó là cái chết hơn nửa thế kỷ trước khi một người nghệ sĩ điêu khắc leo ra ngoài tháp chuông để gắn bức tượng trang trí mặt tiền nhà thờ và tuột tay rơi xuống, thân thể tan nát và óc não văng tung tóe. Đáng lẽ đỉnh giáo đường sẽ còn cao hơn mấy trăm thước nữa, nhưng để tưởng niệm nhà điêu khắc, Đức Giáo Chủ quyết định giữ đúng chiều cao xây dang dở khi anh ta rơi xuống. Bây giờ dân thành phố mỗi lần băng ngang chỗ xác chết đều phải ngước lên, chiêm ngưỡng bức tượng chót vót trên không, và làm dấu thánh. Mỗi đêm khi tôi sắp rùng mình điếng ngất thì Giáo chủ lại hiện ra. Bóng ngài lừng lững trên đỉnh tháp. Ngài vung thanh gươm vô hình bổ dọc xuống, tách lìa tôi khỏi Ma-ry. Chúng tôi văng ra hai mảnh, lúc đó hừng hực dương vật tôi vẫn còn nằm gọn trong lãnh địa âm hộ của nàng.

Cũng có khi tôi ngủ qua đêm với Ma-ry ngoài vườn đá khoảng hai dặm về phía nam chủng viện. Đến hai thế kỷ sau khu vườn sẽ chỉ còn là một huyền thoại, nhưng vào thời tôi sống nó chứa đựng nỗi ám ảnh cháy bỏng nhất và nhục thể nhất của những kẻ tu hành khắc khổ – những người đàn ông sống, không phải với một, mà nhiều bản án chung thân. Một trong những bản án là lời thề đến chết không được gần phụ nữ.

Vườn đá nằm khuất giữa những triền ô-liu bao quanh thung lũng. Những gái giang hồ lẩn khuất chờ khách sau những vách đá dựng đứng cao hơn đầu người, họ chọn nơi này hành nghiệp như một cách thách thức lại vụ án ném đá ngày xưa. Người ta đồn rằng những người đàn bà tội lỗi mỗi đêm vẫn hành hương đến đây để lấy bớt đi những viên đá cuội cho đến khi không còn đá để hành hình nữa.

Ma-ry lúc đó nằm xoải, ánh trăng chiếu qua tàng cây cằn cỗi rọi hình những chiếc lá nhọn hoắt lên thân thể nàng như những vết khâu. Tôi ngậm mút những trái ô-liu chín thẫm trên bầu vú nàng. Rồi chúng tôi làm tình trên tảng đá lộ thiên trơn nhẵn. Nơi đây tôi không gặp cơn ác mộng bị cắt phăng dương vật; nhưng sẽ luôn có một tai họa khác rình rập để trừng phạt tôi về tội tà dâm. Có điều khổ hình lại giáng xuống đầu Ma-ry. Nàng bị trừng phạt vì tội lỗi của tôi. Tôi ôm riết Ma-ry, tôi khao khát truyền sự sống vào nàng mà thân thể nàng cứ lạnh toát dần. Cần cổ nàng ứa máu. Nàng nấc không thành tiếng. Máu tuôn ọc từ vết cứa ngang cuống họng. Cơn khoái lạc của tôi tăng tốc theo sự mất máu của nàng cho đến khi đầu nàng lìa khỏi cổ và âm hộ nàng thắt lại lần cuối, không nhả tôi ra nữa.

Những hoang tưởng ma quái cứ thế ám ảnh tôi. Cũng có lần tôi tham gia vào vụ hãm hiếp tập thể với những người đàn ông khác trong thành phố. Họ là những nhân vật chức sắc, những người khoác áo chùng đen đạo mạo. Họ tổ chức cuộc hành lạc thành hai phần, xếp hàng chờ được ngủ với Ma-ry, rồi sau đó lại luân phiên ném đá nàng để tăng thêm khoái cảm. Nàng nằm lả trên nền đá, băng huyết và cửa mình rách nát. Nhưng chẳng ai buồn quan tâm. Lời giảng ngày Chủ nhật đã trở nên kích thích cùng cực. Họ hành động say sưa theo tập quán, như thể họ đang mê đi và đang thực hành một nghi lễ sùng tín nhất.

&

Công việc của chúng tôi gần hoàn tất. Cuốn kinh hoàn hảo của loài người đang sắp thành hình. Mỗi tuần một lần Đức Giáo Chủ trèo lên đỉnh gác chuông, đưa thêm sách, dặn tôi chọn đoạn kinh này, bỏ cuốn kinh kia. Ngài vẫn kiểm tra những gì tôi viết. Tôi vẫn bị giằng xé giữa lời thề và lương thức của mình. Ngài không biết những gì tôi viết ra sẽ dẫn đến cái chết của tôi. Còn tôi thì đã chấp nhận viết cho đến chết dẫu đó là một số phận bi thảm không ai muốn.

Kinh thánh là một bài toán nhức đầu nát óc. Một bài toán có thể sai đáp số nhưng vẫn phải chấp nhận nó như đáp số duy nhất. Để soạn Kinh Thánh chúng tôi không chọn tính cộng mà làm tính trừ, trừ hết những gì khác biệt. Kinh Thánh không nên là một tập hợp của quá nhiều sự thật, như một phiên tòa là tập hợp của nhiều nhân chứng, như một bài toán là tập hợp của tất cả các phép tính. Kinh Thánh chỉ nên là 27 cuốn sách còn lại sau khi đã loại đi những kinh sách khác[6].

Nhưng tôi không thể trừ loại niềm tin và lương giác của mình. Nếu chúng ta có những định nghĩa khác nhau về niềm tin, thì mẫu số chung của niềm tin là gì? Chẳng lẽ không thể có mẫu số chung mà chỉ có hiệu số của một bài toán trừ bất tận, niềm tin này trừ khử niềm tin kia? Niềm tin nào giá trị hơn niềm tin nào? Niềm tin thắng thế của kẻ mạnh chăng? Đây là điều dễ hiểu. Đức Giáo Chủ là người mạnh vì cái nhìn của ngài thấu suốt tương lai thêm nhiều ngàn năm nữa. Còn cái nhìn của tôi bị giới hạn trong căn gác này, giữa những cuốn kinh đầy bụi và những tiếng nói tắc nghẹn của quá khứ. Tiếng nói của những cái đầu bị chặt.

Cuốn kinh thánh chúng tôi đang soạn sẽ tồn tại như một niềm tin tuyệt đối.

Và là niềm tin sau cùng.

Kinh Sáng Thế

Tín Giáo sẽ thiêu đốt, sẽ tận diệt Tri giáo trong một chuyến hành hương về Jerusalem, đánh dấu một bình minh mới cho niềm tin của chúng tôi. Một tháng trước lễ Phục Sinh, Giáo Chủ ra lệnh chuyển hết kinh sách tà đạo về vườn Gethsemane để chất lên giàn hỏa. Ngài nói:

"Tro sách này sẽ rải đều những gốc cây trong vườn và bón cho cây tươi tốt. Những cây ô-liu và cây dẻ sẽ lớn mạnh, chúng sẽ thành cổ thụ ngàn năm và tỏa bóng mát đến những đời sau. Bóng của chúng sẽ vượt qua biển lớn. Hạt giống của chúng sẽ lan tràn. Và niềm tin sẽ thuộc về Tín Giáo của chúng ta."

Đức Giáo Chủ khéo chọn. Vườn Gethsemane là nơi Giuđa bán Chúa ngày trước. Việc ngài chọn nơi này để đốt kinh khiến tôi nghi ngại. Tại sao không phải khu vườn sau chủng viện, hay quảng trường bên dưới, mà lại là Gethsemane? Từ đây đến Gethsemane là một hành trình diệu vợi. Mà Gethsemane là nơi từng chứng kiến sự phản bội tối thượng trong lịch sử loài người. Tại sao lại phải quay về đó?

Tối hôm đó tôi cầu nguyện Chúa rất lâu. Tôi khóc và xin Chúa phán với tôi, xin Chúa khuyên tôi phải làm gì, tôi phải chọn lựa điều nào, để cứu vãn sự hủy hoại sắp sửa xảy ra. Tôi khóc rất lâu, vì đã lâu rồi tôi không khóc, nước mắt tôi tích lũy nhiều năm ròng để chờ một dịp như thế này đổ xuống. Rồi tôi nghe một tiếng nói bên trong, từ một nơi rất sâu, có thể nằm sau lồng ngực, có thể sâu hơn thế, hút hoắm như biển thẳm. Tiếng nói ấy bảo: "Này người kia, chỉ có ngươi mới cứu được ngươi. Hãy dùng lương thức và tri giác của ngươi. Hãy chôn những bí mật và quên chúng đi. Hãy phó mặc chúng cho bất trắc và quên lãng."

Những ngày sau đó tôi thức trắng đêm để dịch kinh. Tôi dịch tất cả những cuốn kinh Tri giáo mà Giáo Chủ chắc chắn sẽ đốt đi. Đức Giáo Chủ giỏi tiếng La-tinh, tiếng Do Thái và tiếng Hy-lạp nhưng cũng may ngài không biết tiếng Ả-rập và tiếng Ai Cập cổ xưa mà vùng này ít người thông thạo[7].

Tôi chuyển linh hồn Ma-ry sang một thân xác mới. Một thân xác có đủ đầu lẫn mình. Thân xác này sẽ nằm ẩn trong kinh, giữa những ký tự vòng vèo mà Giáo Chủ sẽ tưởng là sách dạy về bùa chú. Tôi vừa dịch kinh dưới ánh nến vừa nghĩ tới tháp Babel của Đức Chúa Trời, tới những mâu thuẫn gay gắt giữa màu da và chủng tộc. Tôi nghĩ đến sự diệu kỳ của ngôn ngữ. Những tiếng nói đa chủng tưởng như một trừng phạt, nhưng trở thành nơi lánh nạn của niềm tin. Chúa đã tạo ra Babel và tạo ra tôi, để làm điều Chúa muốn.

Câu chuyện ngoài vườn Gethsemane đã bị xóa khỏi thánh kinh

Ngoài vườn Gethsemane hai ngày trước lễ Phục Sinh. Nắng ngả màu xanh úa trên bãi cỏ. Khu vườn tỏa ra vẻ già nua dù đang mùa xuân và cây lá đang hồi tươi tốt nhất. Những chồng sách bìa da giấy cói đã xếp gọn trên giàn hỏa. Tôi đi ngang qua chúng, như đi giữa những phế thải hôm nay và lửa thánh ngày mai.

Những hàng cây ô-liu chín mọng dẫn đường đến tảng đá lấp mộ Giê-su. Một bên tôi là Đức Giáo Chủ và bên kia là bóng ma của Mary. Chúng tôi ba người mà chỉ có hai chiếc bóng. Bóng hai chúng tôi đôi lúc nhập vào nhau lúc giữa trưa, khó tách biệt như lời thề và bội phản.

Nhưng sự phản bội không đến đột ngột như tôi sợ. Nó đến từ từ, mỗi ngày nó tiến lại gần hơn. Sự phản bội biết cách ngụy trang, nó đến như một chiếc hôn bí nhiệm yêu dấu nhất.

Chúng tôi ngồi nghỉ chân trên tảng đá phẳng nằm khuất dưới những vòm cây góc vườn. Nơi đây Giê-su đã khóc và cầu nguyện trong cơn thống khổ. Chúng tôi gọi nó là tảng đá hấp hối. Ánh nắng trưa Gethsemane nhuộm màu xanh lợt của lá ô-liu, màu đen dịu của chùm trái chín, hòa thành một màu vàng ngọt óng của mật ong. Ánh sáng thiên thần đổ xuống mái tóc bạch kim của Giáo Chủ lấp lánh như tơ, rủ xuống vầng trán khắc khoải của Ngài. Bằng một giọng cực kỳ trìu mến, ngài âu yếm gọi tên tôi rồi khẽ bảo:

"Lại đây nào."

Hơi thở ngài gấp rút.

Tôi đến gần, quỳ xuống, úp mặt vào vạt áo ngài. Một hồi lâu, úp mặt xuống nhưng tôi vẫn thấy màu nắng sáng lóa đàng sau, ánh nắng ràn rụa khắp thế gian và chảy khắp người tôi nóng ran. Tôi biết đây là lần cuối. Một cơn gió mát thoảng qua, rất nhẹ mà làm lay chuyển những cây cổ thụ ngàn năm. Những thân cây đã từng chứng kiến cảnh tượng rợn người, bây giờ chúng lên cơn giận dữ, nhấc khỏi mặt đất, đòi tự trốc gốc rễ mình. Mồ hôi tôi chảy đầm đìa lớp áo chùng. Tôi chăm chỉ hơn và tận tình hơn bao giờ, tôi hiểu ý ngài, và phục vụ ngài với tất cả nỗi tận tụy của một tên nô lệ. Ngài cũng đang yếu đuối. Bàn tay ngài uể oải lùa nhẹ vào tóc tôi, mơn man da đầu tôi. Giây phút này chúng tôi sẽ nhớ mãi, dù không ghi vào sách, cũng không ghi vào đời. Nó chỉ tồn tại giữa hai chúng tôi. Nó là gạch nối. Nó như lời thề. Những cơn co giật của Giáo Chủ cũng dữ dội như những cây cổ thụ ngoài sân. Người tôi cũng nóng hực run rẩy. Tôi nhớ Ma-ry, nhớ những lần chúng tôi vụng trộm, tôi khao khát nàng với nỗi khát ngang hàng sự chết. Giáo chủ lần tay vào áo tôi, ngài rà soát thân thể tôi, nhưng điều ngài tìm kiếm không còn thuộc về tôi nữa. Nó đã bị âm hộ Ma-ry giam giữ. Bàn tay Giáo chủ đè nặng, uy quyền ngài bấu nghiến bả vai tôi. Tôi cứng người, cảm nhận lưỡi kiếm mỏng tang, hơi lạnh sắc mỏng tang, sự vô hình mỏng tang đang lướt dọc theo gáy. Ngài chỉ cần buông tay...

Sự phản bội tuyệt đối

Buổi tối cuối cùng trên căn gác mà tôi đã hứa nguyện cột chặt cuộc đời, tôi xếp những cuốn kinh mới dịch sang tiếng Ai Cập vào tay nải. Tôi mang theo một bộ áo thường dân để thay dọc đường và số tiền nhỏ tôi có. Bên trong lớp áo chùng đen là tấm bản đồ dẫn ra sa mạc và Biển Đỏ.

Lộ trình của tôi vòng vèo dọc theo bờ biển Địa Trung Hải nước xanh nhức mắt. Tôi băng qua Biển Chết. Đến bờ biển phía tây bắc tôi cho kinh sách vào những bình đất nung cao cổ, chôn rải rác trong những hang động khô khan đầy hơi muối. Mười bốn thế kỷ sau một con dê nhỏ sẽ đi lạc vào đây và nhờ vậy người chăn dê sẽ tìm thấy chúng. Rồi tôi băng qua núi Sinai, đến Ai Cập. Ở đây tôi đào hố chung quanh ngôi làng Nag Hammad và giấu hết số kinh còn lại trong cát. Đến năm 1947 sẽ có người đào được tất cả những bí mật này. Những cuốn kinh lúc đó đã tả tơi, lật mạnh sẽ tan thành bụi. Những cuốn kinh sẽ qua tay nhiều lái buôn đồ cổ trước khi đến bên kia biển lớn. Ở đó sẽ có người đọc được thứ chữ này, họ sẽ nhận ra nét bút của tôi, nếu đó là ý Chúa.

Còn cuốn kinh của riêng tôi, tôi chôn nó trong khu vườn đá ở phía nam chủng viện. Sau này người ta sẽ gọi nó là cuốn Phúc âm Phản bội. Dầu sự phản bội không phải ý tôi. Nếu

Chúa không cho phép thì sự phản bội không thể xảy ra. Con người sinh ra chỉ để làm điều nó phải làm. Chúa đã tạo Giuđa để làm điều Chúa muốn. Sau này, những cây dẻ ngoài vườn Gethsemane đã kể lại tôi nghe cuộc đối thoại rất cảm động giữa Giuđa và Chúa.

Chúa phán:

"Giuđa ngươi hãy bán ta đi, để giải thoát linh hồn ta khỏi thân xác này, để ta làm trọn điều ta phải làm."

Giuđa nói:

"Lạy Chúa, xin tha cho tôi, đừng bắt tôi phản Chúa, kẻo linh hồn tôi sẽ bị nguyền rủa đời đời."

Chúa nói:

"Người nào giúp ta trở nên bất tử, người đó cũng sẽ bất tử cùng ta."

Giuđa nói:

"Lạy Chúa, tôi hiểu rồi, Chúa muốn tôi hy sinh vì Chúa, để Chúa hy sinh vì người khác. Tôi xin nhận lãnh sứ mệnh này. Tôi nguyện làm cái bóng muôn đời của Chúa."

Đó là lời cuối trước khi Giuđa đi bán Giê-su lấy 30 miếng bạc, rồi thắt cổ tự tử chết. Đó là một cái chết được sắp đặt trước. Toàn bộ thánh kinh Tân ước lấy cảm hứng từ cái chết này. Tín

Giáo của tôi cũng chịu ơn sự phản bội này. Nếu không có Giuđa, Tín giáo chúng tôi biết tin vào điều gì đây?

Những cây dẻ và những cây ô-liu sẽ nói:

"Giá của một niềm tin tuyệt đối là sự phản bội tuyệt đối."

&

Ai sẽ tin lời những cái cây này, ngoài tôi ra?

Tôi muốn đi tìm Giuđa để hỏi cái giá thật của sự phản bội, là 30 miếng bạc hay sự bất tử đời đời. Nhưng sau khi chôn xong cuốn kinh cuối thì tôi đổi ý. Việc chôn kinh khiến tôi gần mất trí. Tôi tưởng mình đã nhúng tay vào một vụ chôn cất tập thể, tôi tưởng mình đã chôn đến người thân yêu cuối cùng. Tôi tưởng tôi đã chôn chính tôi. Thần kinh tôi bị suy sụp gần như mất hết ý chí sống. Tôi không biết đi đâu, sống cách sống nào, tin vào điều gì... Một ý tưởng nào đó đang đầu độc tôi.

Thoạt đầu tôi ngồi trên vũng cát sa mạc giữa trưa, cổ họng khô rát dưới mặt trời sáng rỡ, mắt bắt đầu thấy những ảo giác đẹp đẽ. Chung quanh tôi cát vàng đang biến thành thời gian, chảy ùa đến chỗ tôi ngồi. Những con đường trên thế gian tan vào trong cát. Trái đất là một bãi mênh mông không lối đi. Tôi chẳng cần đi đâu. Tự tôi đã là khởi đầu và là kết thúc. Trong khi đó muốn tạo ra một lối đi tôi phải gượng dậy, phải lê lết, phải rạch một đường mòn bằng thân xác kiệt quệ. Tôi không còn sức để đi nữa. Tôi quay đầu nhìn lại và thấy mình đứng ở điểm khởi đầu nhìn tới – chúng tôi đối diện nhau qua chiều dọc con đường.

Cũng có khi tôi đi tất cả mọi nơi, cùng lúc, và sống mọi cách sống, cùng lúc, trong cái đầu hỗn loạn của tôi. Nhiều người cũng làm như vậy và thế giới trở nên chằng chịt những con đường cho đến khi những con đường tràn vào nhau và biến trái đất thành nhẵn thín như không có đường (như khi chúng ta dùng bút chì tô đậm một hình tròn). Tôi đi lang thang trên các nẻo đường, chờ đón thanh gươm vô hình của Giáo chủ đang bay đi tìm tôi. Thanh gươm ấy ở khắp nơi. Nó có mắt. Nó đã làm thế gian này điên đảo. Nhưng khi nó tìm thấy tôi, nó sẽ dừng lại, nó sẽ ghim vào đầu tôi và ở đó mãi mãi. Tôi sẽ sống để mà chờ nó.

Cũng có khi tất cả những con đường cổ xưa lại hiện ra, nhưng đó là những con đường chết. Không ai có thể đi tới mà chỉ có thể bước lui. Hình thức di chuyển duy nhất là xoay lưng đi ngược. Thử thách này đòi hỏi lòng tin tuyệt đối. Tôi cũng muốn thử sức nên đã quay lưng lần hồi về lại thế giới cũ. Tôi đi nghịch chiều không gian trong lúc đó thời gian vẫn đang tiếp diễn về phía trước (tôi biết điều này vì tôi vẫn đang già đi), và mọi hiện hữu ở giữa bị kéo dãn đến độ đứt lìa. Khi tôi trở lại chủng viện thì mọi thứ đã gần biến mất. Những cuốn kinh trên căn gác cổ đang trở về hư vô. Chỉ còn lại một bản kinh thánh cuối rách nát nằm chờ lửa liếm trên sàn gỗ. Để cứu vãn nó khỏi chu trình tàn hủy tôi phải học thuộc lòng hết cuốn kinh, tôi phải đọc lui từng chữ một, đọc từ cuối lên đầu, đọc từ sau về trước. Hành trình đọc hết thánh kinh để tìm ra chân lý là sáu ngàn năm đi ngược[8].

Cuối cùng tôi cũng vượt qua được thử thách này.

Chú thích:

1. Phúc âm của thánh Mathew.

2. Gnostic – bắt nguồn từ chữ Gnosis – tiếng Hy Lạp nghĩa là kiến thức. Tri Giáo như con đường giác ngộ, quan niệm rằng con người bằng lương thức và tri giác sẽ tái hợp và hòa nhập cùng Thượng Đế, như Giê-su đã đạt được.

3 Trong sách Phúc âm của Ma-ry Magdalene (Tri Giáo), Phê-rô đã nói với Giê-su: Hãy nói Ma-ry đi khỏi chúng tôi, vì đàn bà không xứng đáng được sự sống." Ma-ry nói với Chúa: "Phê-rô làm tôi sợ. Phê-rô hăm dọa tôi và thù ghét giới chúng tôi." (Phúc Âm Đối Thoại Pistis Sophia)

4. Việc xảy ra vào năm 591, Giáo Hoàng Gregory Vĩ Đại tuyên bố điều này trong nhà thờ Basilica San Clemente ở La Mã.

5. Lời của Giáo Hoàng Gregory trong bài giảng. Mãi đến năm 1969 Vatican mới lần đầu lên tiếng cải chính, xác nhận Ma-ry Madaglene không phải người đàn bà tội lỗi trong sách Luke (Luca). Năm 1988 Giáo Hoàng John Paul II tuyên phong Ma-ry Madaglene là "tông đồ của các tông đồ" trong văn bản chính thức của Giáo Hội.

Nhưng Ma-ry vẫn tiếp tục bị xử dụng như một biểu tượng về tội lỗi và tình dục, như gái điếm trong nhạc kịch Jesus Christ Superstar; hay gần đây cuốn The Da Vinci Code của Dan Brow đã tiểu thuyết hóa Ma-ry chỉ với khía cạnh giới tính và dục tính.

6. Tổng cộng các sách Phúc Âm trong Tân Ước là 27 cuốn.

7. Những văn bản tìm thấy sau này viết bằng tiếng Cóp-tích, là tiếng Ai-cập viết bằng mẫu tự Hy-lạp.

8. Lần theo manh mối của thánh kinh thì trái đất và Adam đã xuất hiện khoảng 6,330 đến 6,576 năm, vào thời điểm 4,416 năm trước Công nguyên

Hình ảnh minh họa:
Một trang kinh rách trong Phúc Âm Ma-ry Magdelene